थॉमस अल्वा एडिसन

स्वतःच्या प्रतिभेने जग बदलणारा किमयागार!

कीर्ती परचुरे

कनक बुक्स
कुमारवाङ्मय विभाग, डायमंड पब्लिकेशन्स, पुणे

थॉमस अल्वा एडिसन
कीर्ती परचुरे

Thomas Alva Edison
Kirti Parchure
kirtiparchure248@yahoo.com

प्रथम आवृत्ती : एप्रिल २०१६

ISBN 978-81-8483-644-8

© डायमंड पब्लिकेशन्स

अक्षरजुळणी
अक्षरवेल, पुणे

मुखपृष्ठ : शाम भालेकर
आतील चित्रे : रेश्मा बर्वे

मुद्रक
रेप्रो नॉलेज कास्ट लिमिटेड, ठाणे

प्रकाशक
कनक बुक्स
कुमारवाङ्मय विभाग, डायमंड पब्लिकेशन्स
२६४/३ शनिवार पेठ, ३०२ अनुग्रह अपार्टमेंट
ओंकारेश्वर मंदिराजवळ, पुणे-४११ ०३०
☎ ०२०-२४४५२३८७, २४४६६६४२
info@diamondbookspune.com

ऑनलाईन पुस्तक खरेदीसाठी भेट द्या
www.diamondbookspune.com

या पुस्तकातील कोणत्याही भागाचे पुनर्निर्माण अथवा वापर इलेक्ट्रॉनिक अथवा यांत्रिकी साधनांनी-फोटोकॉपिंग, रेकॉर्डिंग किंवा कोणत्याही प्रकारे माहिती साठवणुकीच्या तंत्रज्ञानातून प्रकाशकाच्या लेखी परवानगीशिवाय करता येणार नाही. सर्व हक्क राखून ठेवले आहेत.

अनुक्रम

प्रयोगशाळेच्या राखेतून फिनिक्स भरारी	💡💡	१
छोट्या ॲलचे मोठे प्रश्न	💡💡	३
बिनभिंतींची शाळा	💡💡	११
धावत्या चाकांवरची प्रयोगशाळा	💡💡	१८
इच्छा तेथे मार्ग	💡💡	२४
टेलिग्राफर टॉम	💡💡	२७
यशामागचं 'उपयुक्त' कारण	💡💡	३६
डॉट आणि डॅश	💡💡	४५

विझार्ड ऑफ मेन्लो पार्क	💡💡	५०
क्रांतिकारी शोधाच्या दिशेने	💡💡	५५
कधी ट्यूब पेटेल?	💡💡	५८
प्रयत्नाकडून प्रकाशाकडे	💡💡	६४
तंतूसाठी जगभ्रमंती	💡💡	७१
हलत्या चित्रांचा सूत्रधार	💡💡	८७
आजच्या एक्स-रेची जीवघेणी किंमत	💡💡	९३
व्हेगाबाँड्सच्या आलिशान सफरी	💡💡	१०१
देशासाठी संशोधनाची शर्थ	💡💡	१०८
सर्वोच्च नागरी सन्मान	💡💡	११४
शेवटचा श्वास	💡💡	११९
संशोधनाच्या शोधाचं रहस्य	💡💡	१२४
लेखक परिचय		१३०

प्रयोगशाळेच्या राखेतून फिनिक्स भरारी

डिसेंबर महिन्यातली ती एक थंडगार रात्र होती. अमेरिकेतल्या न्यू जर्सी इथे एडिसनच्या वेस्ट ऑरेंज प्रयोगशाळेत नेहमीसारखंच काम सुरू होतं. सगळे जण कामात गढून गेले होते आणि त्या फायरप्रूफ, भव्य प्रयोगशाळेला अचानक आग लागली! प्रयोगशाळेतल्या रसायनांमुळे ती आणखीनच भडकली आणि काही वेळातच संपूर्ण प्रयोगशाळेला आगीने वेढलं.

प्रयोगशाळेतून निघणाऱ्या आगीच्या महाभयंकर ज्वाळांनी आकाश उजळून निघालं. चार्ल्सने, एडिसनच्या २४ वर्षांच्या मुलाने त्याच्या वडलांना कसंबसं शोधून काढलं. त्या वेळी एडिसन त्या जळणाऱ्या प्रयोगशाळेकडे शांतपणे पाहत होता. आगीच्या ज्वाळांच्या प्रकाशात त्याचा निश्चल चेहरा चमकत होता. चार्ल्सला पाहिल्यानंतर एडिसनने जोरात ओरडून विचारलं, ''चार्ल्स, तुझी

आई कुठे आहे? जा, तिला शोध आणि इथे घेऊन ये. असं दृश्य क्वचितच पाहायला मिळतं!''

भस्मसात झालेल्या त्या प्रयोगशाळेची एडिसनने दुसऱ्या दिवशी पाहणी केली आणि झालेल्या नुकसानाबद्दल तो म्हणाला, ''प्रत्येक संकटात काहीतरी चांगलं दडलेलं असतं. आमच्या सगळ्या चुका आगीत जळून खाक झाल्या, हे सुदैवच म्हणायला पाहिजे! आता आम्हाला नव्याने सुरुवात करता येईल.''

इतक्या मोठ्या नुकसानाकडे पाहण्याचा एडिसनचा दृष्टीकोन अद्भुत होता. व्यवसायात नुकसान होणं, स्वप्नं चक्काचूर होणं ... अशा घटना कोणत्याही माणसाला खचवण्यासाठी पुरेशा असतात, पण त्यांचा होणारा परिणाम मात्र ज्याच्या-त्याच्या दृष्टीकोनावर अवलंबून असतो.

छोट्या ॲलचे मोठे प्रश्न

छोट्या ॲलची आज काही धडगत नव्हती. आज त्याला जबर शिक्षा मिळणार, हे उघड होतं. नॅन्सी, त्याची आई त्याच्यावर प्रचंड रागावलेली होती.

छोट्या ॲलचा पाय घरात क्षणभरही टिकत नव्हता. दिवसभर घराबाहेर हुंदडणं आणि नव्या गोष्टी करून पाहणं त्याला फार आवडायचं. एके दिवशी तो असाच झाडाखाली बसून आकाशात उडणाऱ्या पक्ष्यांकडे टक लावून पाहत होता. ॲल बसला होता, तिथल्याच कुरणावर ॲलच्या अगदी जवळ ते पक्षी उतरले होते; त्यांच्यातला एक पक्षी गवतात चोच खुपसून सारखं काहीतरी खात होता. ॲलने हळूच बघितलं, तेव्हा हे पक्षी गवतातले किडे, अळ्या वेचून खात असल्याचं त्याच्या लक्षात आलं आणि त्याचे डोळे चमकले. त्याने धावत जाऊन घरातून एक भांडं आणलं आणि गवतातून मूठभर किडे, अळ्या जमा करून ॲल ते कुटायला लागला! शेजारी राहणारी एक

छोटी मुलगी ॲलचा हा उद्योग बऱ्याच वेळापासून पाहत होती. एव्हाना तिलाही त्याबद्दल उत्सुकता निर्माण झाली होती.

''तुला माहितीये, पक्षी किडे खातात, म्हणून त्यांना उडता येतं.'', ॲल म्हणाला.

''खरंऽऽच?''

''मग! उगाच नाही मी ही चटणी तयार केली. पिऊन बघ हवं तर!''

''नक्की ना?'' त्या मुलीला जरा शंका वाटत होती.

''अगं हो! पिऊन टाक.'' ॲलने ठामपणाने सांगितलं.

त्या मुलीने उडण्याच्या आमिषाने किड्यांची ती चटणी कशीबशी पिऊन टाकली आणि दोघंही ती उडायला लागण्याची वाट पाहायला लागले ... पण ती मुलगी उडण्याऐवजी खाली कोसळली आणि गडाबडा लोळायला लागली. तिच्या पोटात खूप दुखायला लागलं आणि तिला मळमळतसुद्धा होतं. त्यामुळे ॲलला काही सुचेनासं झालं. तो तिला कसाबसा तिच्या घरी घेऊन गेला आणि तिला तिच्या घरी सोडून त्याने स्वतःच्या घरी धूम ठोकली! स्वतःच्या मुलाचा हा पराक्रम कळल्यानंतर नॅन्सी खूप चिडली. 'प्रत्येक गोष्टीचं कुतूहल वाटणाऱ्या या मुलाचं काय करायचं?' असा प्रश्न तिला पडला होता.

किडे खाऊन पक्ष्यांसारखं उडण्याचा ॲलचा तो प्रयोग यशस्वी झाला नसला, तरी प्रयोग करून पाहण्याची त्याची वृत्ती मात्र कायम तशीच राहिली. पुढे त्याने हजारो शोध लावले. या छोट्या ॲलला आज सगळं जग प्रसिद्ध शास्त्रज्ञ 'थॉमस अल्वा एडिसन' म्हणून ओळखतं!

ॲल दिवसभर उनाडक्या करत फिरला, तरी संध्याकाळच्या

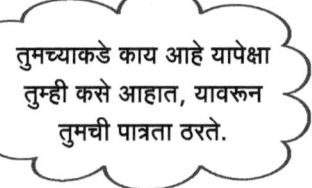

आत त्याला घरी यावंच लागायचं. कारण सूर्य मावळल्यानंतर सगळीकडे मिट्ट काळोख व्हायचा. तेव्हा विजेचा शोध लागला नव्हता. तो १८५०चा काळ होता. त्यामुळे दिवसाच सगळं काम करावं लागयचं. रात्र झाली की सगळं ठप्प व्हायचं. त्या वेळी गॅसवर चालणारे दिवे असले, तरी ते फक्त श्रीमंतांकडे होते. ते सगळ्यांना परवडण्यासारखे नव्हते. त्यामुळे संध्याकाळ झाली की ॲललासुद्धा खोड्या थांबवून घरी गप्प बसून राहावं लागायचं; पण ॲल कितीही खोडकर असला, तरी नॅन्सीचा त्याच्यावर फार जीव होता.

तुमच्याकडे काय आहे यापेक्षा तुम्ही कसे आहात, यावरून तुमची पात्रता ठरते.

नॅन्सी एलियटचं सॅम्युअल एडिसनशी लग्न झालं, तेव्हा ते दोघं कॅनडात राहत होते. त्यांचं एकमेकांवर खूप प्रेम होतं. सॅम्युअल खूप उत्साही, चंचल स्वभावाचा होता; तर नॅन्सी शांत, समजूतदार, धार्मिक होती. लग्नानंतरच्या दहा वर्षांत त्यांना चार मुलं झाली. ते सुखात होते. मात्र हे सुखाचे दिवस लवकरच संपणार होते. त्या वर्षी कॅनडामध्ये पिकं चांगली आली नव्हती. त्यामुळे लोकांवर उपासमारीचं संकट येऊ घातलं होतं. अशातच राजाने लोकांना मदत करण्याऐवजी त्यांच्याकडून जास्त कर गोळा करायला सुरुवात केली. त्यामुळे सगळे लोक संतापले आणि त्यांनी राजसत्तेविरोधात बंड पुकारलं.

कॅनडाशेजारच्या अमेरिकेप्रमाणे कॅनडातही लोकशाही यायला हवी, अशी लोकांची मागणी होती. त्यामुळे त्यांनी

आंदोलन करायला सुरुवात केली. राजसत्ता उलथवून टाकून लोकशाही आणण्याबद्दलच्या नेत्यांच्या प्रभावी भाषणांनी सगळे जण भारावून जात होते आणि आंदोलनात सहभागी होत होते. सॅम्युअलची स्थितीही वेगळी नव्हती. नॅन्सीही क्रांतिकारी कुटुंबातून आली होती. तिच्याही विचारांचा प्रभाव सॅम्युअलवर पडत होता. शेवटी त्यानेही आंदोलनात उडी घेतली. तो ठिकठिकाणी फिरून, लोकांना गोळा करून त्यांना आंदोलनात सहभागी होण्यासाठी प्रेरणा देत होता; पण हे सगळं फार काळ टिकलं नाही. राजाच्या सैनिकांनी आंदोलनकर्त्यांना पकडल्याच्या आणि त्यांच्यातल्या काही जणांना थेट फाशी दिल्याच्या अफवेने आंदोलन ठप्प झालं. त्यामुळे तिथे राहणं सॅम्युअलसाठीही धोकादायक झालं. मग त्याने नॅन्सीला आणि मुलांना घेऊन अमेरिकेला जायचं ठरवलं. अर्थात, तेही इतकं सोपं नव्हतं. सैनिकांची पाळत चुकवत, बर्फ तुडवत, अंधारात, जंगलातून लपतछपत, पायी चालत त्यांनी दोन दिवसांमध्ये १३० किलोमीटर अंतर पार केलं. यादरम्यान सॅम्युअलचा खास मित्र कॅप्टन अल्वा ब्रॅडलेने त्यांना खूप मदत केली. अल्वाने सगळ्या एडिसन कुटुंबाला त्याच्या जहाजावर लपवून अमेरिकेत सोडलं. तिथे गेल्यावर ओहायो राज्यातल्या मिलान इथे एडिसन कुटुंब राहायला लागलं.

मिलानमध्ये समुद्रकिनाऱ्याजवळ घर बांधून हे कुटुंब सुखासमाधानाने राहत होतं; पण १८४२ साली खूप थंडी पडली आणि ती सहन न झाल्याने सॅम्युअल-नॅन्सीचा सहा वर्षांचा एक मुलगा वारला. त्या धक्क्यातून सगळे सावरत नाहीत, तोवर पुढच्याच वर्षी त्यांचा आणखी एक मुलगा आणि पाठोपाठ एक मुलगी अशी आणखी दोन मुलंही देवाघरी गेली. त्यामुळे सगळं

कुटुंब दुःखात बुडालं. विशेषतः नॅन्सीला नैराश्याचा आजार जडला. सततच्या आजारपणामुळे तिची तब्येत फार बिघडली. मग तिने स्वतःला धार्मिक पुस्तकांच्या वाचनात गुंतवून घेतलं. मुलं-सॅम्युअल असे सगळे तिला खूश ठेवण्यासाठी सतत प्रयत्न करायचे. हळूहळू नॅन्सी सावरली, पण तिची आजारपणं सुरूच होती. काही महिन्यांमध्येच तिला सातव्या बाळाची चाहूल लागली. तीन मुलांच्या लागोपाठ झालेल्या मृत्यूचं दुःख या बाळाच्या येण्याने कमी होईल, असं वाटून नॅन्सीलाही थोडा उत्साह वाटायला लागला.

११ फेब्रुवारी १८४७च्या रात्री नॅन्सीच्या पोटात दुखायला लागलं. सॅम्युअलने धावत जाऊन जवळच्या डॉक्टरांना बोलावून आणलं आणि काही वेळातच बाळाचा जन्म झाला. बाळाला पाहून सगळे अचंबित झाले, कारण बाळाचं डोकं खूपच मोठं होतं आणि शरीर एकदम बारीक होतं. त्यात जन्मल्या-जन्मल्या त्याला खूप ताप आला. तेव्हाच्या काळात विज्ञानाने आजच्याइतकी प्रगती केलेली नव्हती. त्यामुळे डॉक्टरांनाही बाळाच्या तापाचं कारण कळत नव्हतं. ते बाळ वाचण्याची डॉक्टरांना खातरी वाटत नव्हती. दुसरीकडे बाळ वाचावं म्हणून नॅन्सी देवाची प्रार्थना करत राहिली. सुदैवाने बाळ वाचलं.

बाळाचे एक आजोबा आणि एक काका यांच्या नावांवरून त्याचं नाव थॉमस ठेवण्यात आलं. कॅनडातून बाहेर पडताना कॅप्टन अल्वा याने केलेल्या मदतीची आठवण म्हणून थॉमसपुढे अल्वा जोडण्यात आलं आणि बाळाचं पूर्ण नाव तयार झालं - थॉमस अल्वा एडिसन. सगळे जण त्याला प्रेमाने 'छोटू अॅल' किंवा 'अॅल' म्हणायचे. लहानपणापासूनच अॅलचा स्वभाव खूप

खोडकर होता. त्याला प्रत्येक गोष्टीचं कुतूहल वाटायचं. कोणतीही गोष्ट अजमावून बघताना त्याला अजिबात भीती वाटत नसे. चार वर्षांचा होईपर्यंत ॲल बोलत नव्हता; पण तो बोलायला लागला, तेव्हा जो दिसेल त्याला फक्त आणि फक्त प्रश्नच विचारायचा. त्याचा बराचसा वेळ घराजवळचं जहाजबांधणीचं काम पाहण्यात जायचा. काम पाहताना एकदा ॲलने त्याच्या वडलांना विचारलं, ''लांबून पाहताना आधी हातोडा मारला जाताना दिसतो आणि आवाज नंतर येतो. असं का?'' त्यांनी उत्तर माहीत नसल्याचं सांगितल्यावर ॲलने विचारलं, ''का नाही माहीत?'' ॲलची निरीक्षणशक्ती जबरदस्त होती. प्रत्येक कामाची सुरुवातीपासून शेवटपर्यंतची प्रक्रिया त्याला माहीत करून घ्यायची असायची.

ॲल मिळून एकूण दहा भावंडं असल्याने ॲल लहान असतानाच त्याच्या मोठ्या बहिणीचं, मेरियनचं लग्न झालं होतं. तो बऱ्याचदा मेरियनच्या घरी राहायला जायचा. तिथे गेल्यावरही मेरियनचं लक्ष चुकवून तो लांब कुठेतरी हुंदडायला जायचा आणि तिथेच रेंगाळायचा. मग मेरियन तिच्या नवऱ्याला, होमरला ॲलला शोधायला पाठवायची. एकदा असंच झालं. सगळीकडे शोधूनही ॲलचा पत्ता लागत नव्हता; पण पुष्कळ शोधाशोध केल्यावर शेवटी तो बदकांसाठी आणि कोंबड्यांसाठी केलेल्या घरामागच्या खुराड्यात बसलेला सापडला. त्याचे सगळे कपडे आणि पाय पिवळे झाले होते. ''कपड्यांना काय झालं?'' असं विचारल्यावर ॲल म्हणाला, ''बदक नाहीतर कोंबडी अंड्यांवर बसते, तेव्हा त्यांच्यातून छोटीछोटी पिल्लं बाहेर येतात, पण मी बसल्यावर अंडी फुटली आणि माझे कपडे खराब झाले. असं का

झालं काय माहीत!'' फक्त कोंबड्या किंवा बदकंच अंडी उबवू शकतात, माणसं नाही, हे होमरने त्याला समजावून सांगण्याचा प्रयत्न केला; पण तरीसुद्धा प्रयोग फसल्यामुळे ॲल निराश झाला होता. तेव्हा मेरियनने त्याला समजावलं, ''तुझा प्रयोग फसला, म्हणून निराश होऊ नकोस. प्रयोग करत राहा. कधी-ना-कधी यश

नक्की मिळेल. जर अपयशाच्या भीतीने आपण प्रयोग करणं थांबवलं, तर आपल्याला काहीच शिकायला मिळणार नाही.''

ॲल मोठा होत गेला, तसं त्याचं प्रयोग करणं अजूनच वाढलं. कितीतरी वेळा हे प्रयोग त्याच्या जिवावर बेतले, पण तरी ॲलचं प्रयोग करणं थांबलं नाही की त्याचं कुतूहलही कमी झालं नाही. एकदा बंदराच्या जवळ गव्हाच्या गोदामात असाच काहीतरी उद्योग करणंही त्याला चांगलंच महागात पडलं. गोदामातलं गव्हाने भरलेलं लाकडी पिंप आतून किती खोल असतं, हे पाहण्यासाठी ॲल कसाबसा पिंपावर चढला आणि नेमका तोल जाऊन त्या पिंपात पडला. त्या प्रचंड आकाराच्या पिंपात ॲल चांगला गुडघ्यापर्यंत बुडाला. नशिबाने तिथून

जाणाऱ्या एका कामगाराला पिंपाच्या वर दोन लहान पाय तरंगताना दिसले आणि त्याने ते दोन पाय जोरात खेचून ॲलला बाहेर काढलं. नाहीतर ॲल त्या पिंपात नक्की गुदमरला असता.

ॲलच्या या प्रयोगांमुळे नॅन्सीला त्याची खूप काळजी वाटायची. ती त्याला सारखी रागवायची. 'जे काही करायचं, ते स्वतःला जपून कर.' असं सांगायची. असं असलं तरी नॅन्सीचा ॲलच्या गुणांवर प्रचंड विश्वास होता. मात्र आईवडील दोघंही ॲलच्या प्रश्नांना पुरे पडत नव्हते. म्हणून त्यांनी ॲलला लवकरात लवकर शाळेत घालायचं ठरवलं; पण शाळाही त्याला म्हणावी तितकी मानवली नाहीच.

बिनभिंतींची शाळा

एडिसन कुटुंब मिलानच्या किनाऱ्यावर राहत असतानाच तिथे बंदर बांधलं गेलं आणि गावाची एकदम भरभराट व्हायला लागली. बंदर झाल्यामुळे इतर जहाजं मिलानमध्ये यायला लागली, त्याबरोबर व्यापारीही मिलानमध्ये यायला लागले. जहाजबांधणीसाठी आवश्यक व्यवसायही तिथे सुरू झाले; पण तरीही समुद्रमार्गाने अन्नधान्याची ने-आण करणं सरकारला खूप खर्चीक होत होतं. शिवाय हिवाळ्यात पाण्यात मोठ्या प्रमाणावर बर्फ साचत असल्यामुळे जवळजवळ पाच महिने व्यापार ठप्प होत होता. म्हणून सरकारने गावात रेल्वेलाइन सुरू करायचं ठरवलं. तेव्हा रेल्वेबद्दल फारशी माहिती नव्हती. तसंच बंदरातून होणाऱ्या व्यापारावरच लोकांचं पोट अवलंबून असल्याने त्यांचा रेल्वेला तीव्र विरोध होता. बऱ्याच उलटसुलट घटनांनंतर सरकार आणि लोकांमधला हा वाद शेवटी कोर्टात गेला. कोर्टाने रेल्वे कंपनीच्या बाजूने निकाल दिला; आणि लोकांची भीती खरी ठरली! त्यानंतर

> जर पालकांनी आपल्या मुलांना उत्साहाची देणगी दिली, तर त्यासारखी दुसरी संपत्ती नसेल.

मिलानच्या बंदरातून चालणारा व्यापार जवळजवळ संपला आणि रेल्वेतून सामानाची ने-आण सुरू झाली. या सगळ्याचा सॅम्युअलच्या कामावरही परिणाम झाला. त्याला काम मिळेनासं झालं. मग त्यानेही मिलान सोडून पोर्ट ह्युरॉनमध्ये राहायला जायचं ठरवलं. ह्युरॉनला गेल्यावर सॅम्युअलने दोनमजली घर बांधलं आणि सगळे जण तिथे राहायला लागले.

ह्युरॉनला आल्यापासून ॲलची तब्येत सारखी बिघडत होती. जन्मल्यानंतर आलेल्या तापामुळे त्याची तब्येत तशीही नाजूक होतीच. त्याला सारखी सर्दी व्हायची. श्वास घ्यायला त्रास व्हायचा. सततच्या सर्दीमुळे त्याच्या ऐकण्याच्या क्षमतेवरही परिणाम व्हायला लागला. त्यामुळे शाळेत त्याचं मन लागेनासं झालं. तेव्हाच्या अमेरिकी शाळाही खूप कडक होत्या. मुलांना शिस्त लागावी, देशातली गरिबी दूर करण्यासाठी त्यांना अंगमेहनतीचं काम करता यावं म्हणून त्यांना खूप कठोरपणे वागवलं जायचं; घोकंपट्टीवर भर असायचा. शाळेत जाईपर्यंत मोकळ्या वातावरणात वाढलेल्या ॲलला बंदिस्त शाळेतलं कडक वातावरण आवडत नव्हतं. त्यात भर म्हणजे त्याला ऐकायला अडचणी यायच्या. त्यामुळे त्याचं लक्ष अभ्यासापेक्षा वर्गाबाहेरच जास्त असायचं. मग तो अभ्यासात इतरांपेक्षा खूप मागे पडायला लागला. त्यामुळे वर्गात सगळे जण त्याला चिडवायचे. विशेष म्हणजे, तरीही त्याचं प्रश्न विचारणं थांबलेलं नव्हतं. एकदा मात्र कहर झाला. शिक्षकांनी भर वर्गात त्याचा अपमान केला आणि

तेवढ्यावरच न थांबता ते त्याला मंदबुद्धी म्हणाले. त्यांच्या बोलण्याने ॲल खूप दुखावला गेला. घडलेला सगळा प्रकार त्याने घरी गेल्यावर नॅन्सीला सांगितला. या शिक्षकांशी बोलण्यासाठी म्हणून नॅन्सी जेव्हा दुसऱ्या दिवशी ॲलच्या शाळेत गेली; तेव्हा तिलाही त्यांच्या तुसडेपणाचा अनुभव आला. ॲल मठ्ठ आणि मंदबुद्धीचा असल्याचं स्वतःचं मत त्यांनी तिलाही ठासून सांगितलं. मग मात्र नॅन्सीचा पारा चढला आणि तिने ॲलला शाळेतून काढून टाकण्याचा धाडसी निर्णय घेतला. कॅनडात असताना नॅन्सीने काही काळ शिक्षिकेचं काम केलं होतं. तसंच तिचं वाचनही अफाट होतं. त्यामुळे तिने स्वतःच ॲलला शिकवायचं ठरवलं. ॲलच्या बुद्धिमत्तेवर तिचा प्रचंड विश्वास होता. त्याचं सततचं प्रश्न विचारणंही तिला त्याच्या बुद्धीचं असामान्य लक्षण वाटायचं. नॅन्सीचा हा निर्णय ॲलच्या संपूर्ण आयुष्याला वेगळं वळण देणारा ठरला. तिने त्याचं कुतूहल कधीच दाबलं नाही. त्याला कायम प्रोत्साहन दिलं; जगाचं ज्ञान मुक्तपणे घेऊ दिलं; वेगवेगळ्या अनुभवांमधून शिकू दिलं. नॅन्सीची ही शिकवण ॲलच्या जडणघडणीत सर्वांत मोलाची ठरली.

ॲलला वाचनाची गोडी लागावी म्हणून नॅन्सीने वेगवेगळ्या युक्त्या केल्या. सतत शिकत राहण्याची प्रवृत्ती ॲलमध्ये रुजावी, म्हणून नॅन्सी कायम प्रयत्न करायची. ती त्याला वेगवेगळी पुस्तकं वाचायला द्यायची. त्यामुळे ॲलमध्ये लहान वयातच इतिहासाची आणि इंग्रजी साहित्याची आवड हळूहळू निर्माण झाली. त्याला कविता वाचायला आणि मोठ्याने म्हणायला फार आवडायच्या. वयाच्या अकराव्या वर्षापर्यंत ॲलने बरंच वाचून काढलं. त्याच्या वाढत्या कुतूहलाला न्याय मिळावा, म्हणून सॅम्युअलने त्याला

गावातल्या वाचनालयाचा वापर करायला शिकवलं. ॲलचं वाचन विशिष्ट प्रकारच्या पुस्तकांपर्यंत मर्यादित न राहता त्याने सगळ्या प्रकारची पुस्तकं वाचावीत, यावर नॅन्सीचा कटाक्ष होता. तिचा हा दृष्टीकोन आणि सॅम्युअलने लावलेली वाचनालयाची सवय यांमुळे ॲलला प्रत्येक गोष्ट स्वतःची स्वतः, स्वतःचं स्वतः शिकण्याची सवय लागली. पुढे वेगवेगळे शोध लावताना या सवयीची त्याला खूप मदत झाली.

ॲल मोठा झाला, तसं त्याचं लहानपणीचं ॲल हे नाव मागे पडलं. सगळे त्याला थॉमसवरून टॉम म्हणायला लागले. टॉमने रोमन साम्राज्याचा इतिहास, सीअर्स नावाच्या लेखकाचं हिस्टरी ऑफ द वर्ल्ड, बर्टनचं अनॉटॉमी ऑफ मेलनकॉली, शिवाय वर्ल्ड डिक्शनरी ऑफ सायन्स आणि रसायनशास्त्राची काही पुस्तकं वाचून काढली. पुस्तकं वाचून त्याचं कुतूहल आणखी वाढलं आणि त्यानंतर त्याला विज्ञानात प्रचंड रस निर्माण झाला. टॉम आईवडिलांना भौतिकशास्त्राबद्दल वेगवेगळे प्रश्न विचारायचा. विशेषतः आयझॅक न्यूटनच्या 'प्रिन्सिपिया' या संकल्पनेबद्दल त्याला प्रचंड उत्सुकता वाटायची. शेवटी न्यूटनची अभिनव शैली आणि त्याच्या गुंतागुंतीच्या गणिती संकल्पना टॉमला समजावून सांगण्यासाठी सॅम्युअलने एका शिक्षकाची नेमणूक केली. मात्र त्याचा उलटाच परिणाम झाला. आधी न्यूटनच्या संकल्पनांनी टॉम एकदम भारावून गेला होता. मात्र जसजशा तो त्या संकल्पना शिकत गेला, तसतसं न्यूटनने या संकल्पना विनाकारण अवघडपणे मांडल्या असल्याचं त्याचं मत झालं. त्यामुळे त्याच्या मते या संकल्पना कोणत्याही सामान्य माणसाला गोंधळात टाकणाऱ्या झाल्या होत्या. तेव्हापासून टॉमला किचकट भाषेतल्या संकल्पना

आणि गणिताबद्दल तिटकारा बसला, तो कायमचाच. न्यूटनने मांडलेले भौतिकशास्त्राचे नियम मात्र टॉमला एकदम पसंत पडले. किंबहुना एकूणच वैज्ञानिक संकल्पनांनी टॉममध्ये शास्त्रशुद्ध विचार करण्याची, प्रयोग करण्यासाठी स्वतःच स्वतःला सक्षम बनवण्याची आणि त्या प्रयोगाचं मूल्यांकन करण्याची क्षमता विकसित करायला मदत केली. प्रिन्सिपियाच्या अनुभवाने टॉमला थोर स्त्री-पुरुषांच्या हुशारीतून प्रेरणा घेण्याची आणि त्याच वेळी त्यांच्याकडूनही चुका होऊ शकतात, हे लक्षात घेण्याची समज दिली. विज्ञानाच्या अखंड वाचनातून टॉममध्ये प्रचंड जिद्दी, चिवट वृत्ती तयार झाली. या सगळ्या वाचनातून टॉम मनाने आणि शरीरानेही अतिशय खंबीर झाला. म्हणूनच पुढच्या आयुष्यात सलग वीस-वीस तास काम करण्याची कुवत त्याच्यात निर्माण झाली.

याच दरम्यान विज्ञानाच्या आवडीला आणि टॉमच्या प्रयोग करण्याच्या वृत्तीला खतपाणी घालणारं एक पुस्तक त्याच्या हाती लागलं. त्या पुस्तकाचं नाव होतं, 'पार्कर्स स्कूल ऑफ फिलॉसॉफी'. भौतिकशास्त्राचे बरेच साधेसोपे प्रयोग त्यात दिले होते. टॉमने अर्थातच त्यातला प्रत्येक प्रयोग करून पाहायचं ठरवलं. मात्र त्यासाठी त्याला वेगवेगळ्या रसायनांची आवश्यकता होती. मग तो टॉमचा उद्योगच झाला. गावातल्या रसायनांच्या दुकानात फिरून हवं ते रसायन घेऊन यायचं आणि घरी आल्यावर प्रयोग करून पाहायचा. रसायनं शोधण्याच्या नादात तो अख्खं शहर पालथं घालायचा. पुस्तकात दिलेले प्रयोग संपेपर्यंत टॉमकडे रसायनांच्या दोनशे बाटल्या जमा झाल्या होत्या. घरातल्याच एका खोलीच्या कोपऱ्यात त्याचा हा सगळा उद्योग सुरू असायचा.

त्या खोलीत एका शेल्फवर टॉमने सगळ्या बाटल्या व्यवस्थित रचून ठेवल्या होत्या. कुणी या बाटल्यांना हात लावू नये किंवा उघडून पाहू नये, म्हणून त्याने चक्क सगळ्या बाटल्यांवर 'विष' असं लिहून ठेवलं होतं. रात्रंदिवस तो याच कोपऱ्यात असायचा.

एकीकडे त्याला ती जागा हळूहळू कमी पडायला लागली आणि दुसरीकडे नॅन्सी त्या खोलीतल्या पसाऱ्याला वैतागली. तसंच रसायनांमुळे असलेल्या धोक्याचीही तिला काळजी वाटायची. शेवटी एक दिवस चिडून तिने टॉमला सगळा पसारा आवरण्याची ताकीद दिली आणि गोळा केलेली सगळी रसायनं फेकून देण्यासाठी बजावलं; पण आवडत्या गोष्टीवर घातलेली ही बंदी त्याने मनाला इतकी लावून घेतली की, शेवटी नॅन्सीने माघार घेतली. पण टॉमची रसायनांची, प्रयोग करण्याची आवड दिवसेंदिवस वाढतच होती आणि नवी रसायनं खरेदी करण्यासाठी घरी सारखे पैसे मागणंही शक्य नव्हतं. मात्र पैशांची ही अडचण सोडवण्याचा एक अफलातून मार्ग त्याला लवकरच मिळाला.

टॉमच्या घरापासून अगदी जवळच पोर्ट ह्युरॉनचं रेल्वेस्टेशन होतं. त्यामुळे रेल्वेबद्दल त्याच्या मनात प्रचंड उत्सुकता निर्माण झाली होती आणि लवकरच टॉमला ही उत्सुकता शमवण्यासाठी संधीसुद्धा मिळाली. त्या वेळी प्रत्येक रेल्वेत 'न्यूज बचर' असायचा. न्यूज बचर म्हणजे रेल्वेत वर्तमानपत्रं, फळं, खायचे पदार्थ विकणारा माणूस. पोर्ट ह्युरॉन ते डेट्रॉइटच्या रेल्वेत न्यूज बचरची जागा रिकामी असल्याचं सॅम्युअलला समजलं होतं. टॉमने हे काम करावं, असं त्याच्या डोक्यात होतं. टॉम या कामासाठी पुरेसा मोठा होता आणि अर्थात तयार होता, पण नॅन्सी या गोष्टीला परवानगी देत नव्हती. रोजचा कित्येक तासांचा

प्रवास, काम, एकट्याने मोठ्या शहरात जाणं अशा गोष्टी करण्यासाठी टॉम अजून लहान असल्याचं तिला वाटत होतं; पण टॉमला पोर्ट ह्युरॉनमध्येच बांधून ठेवण्यात काही अर्थ नसल्याचंही तिला मनोमन उमगलं होतं. त्याने बाहेरच्या मोठ्या जगाची ओळख करून घेणंही गरजेचं होतं. शिवाय डेट्रॉइटमध्ये मोठं सार्वजनिक वाचनालय असल्याने त्याचा टॉमला खूप फायदा झाला असता, हीसुद्धा नॅन्सीच्या दृष्टीने टॉमसाठी एक जमेची बाजू होती. अखेर तिने टॉमला हे काम करण्यासाठी परवानगी दिली आणि त्याच्या आयुष्यातल्या एका नव्या, मोठ्या, बरंच काही शिकवणाऱ्या पर्वाला सुरुवात झाली.

धावत्या चाकांवरची प्रयोगशाळा

रोज सकाळी सात वाजता पोर्ट ह्युरॉनहून डेट्रॉइटला जाण्यासाठी रेल्वे सुटायची आणि तीच रेल्वे रात्री ९.३० वाजता परत पोर्ट ह्युरॉनला यायची. रेल्वेत प्रवासी येऊन बसण्याआधीच टॉम कामाला लागायचा. सुरुवातीला वर्तमानपत्रं, मासिकं, छोट्या कादंबऱ्या, सॅन्डविच, कॅन्डी असं सामान असलेली ट्रॉली घेऊन तो रेल्वेच्या प्रत्येक डब्यात फिरायचा. मग त्याने वडलांच्या शेतातल्या ताज्या भाज्याही विकायला हळूहळू सुरुवात केली. त्या कामात टॉमचा लवकर जम बसला. खरं तर या कामासाठी टॉमला खूप कष्ट करायला लागायचे, पण त्याच्यात प्रचंड उत्साह होता. स्वतःचा व्यवसाय वाढवण्याच्या नवनवीन कल्पना त्याच्या डोक्यात यायच्या. डेट्रॉइटला मिळणाऱ्या वेगवेगळ्या भाज्या तो मेलकारने पोर्ट ह्युरॉनला पाठवायचा. तिथे त्याने एक मुलगा नेमला होता. तो भाज्यांचे ट्रे उतरवून घ्यायचा आणि विकायचा. रेल्वेलाइनच्या बाजूने राहणाऱ्या शेतकऱ्यांकडूनही टॉमने भाज्या,

लोणी विकत घ्यायला सुरुवात केली. एकदा ब्लॅकबेरीचं (द्राक्षासारख्या दिसणाऱ्या जांभळ्या रंगाच्या फळाचं) भरपूर उत्पादन झालं होतं. मग टॉमने त्यांची स्वस्तात आणि घाऊक खरेदी केली; आणि त्या विकून भरपूर नफा कमावला. त्या वयातही काय विकावं, कसं विकावं, मालाची किंमत कुठे काय ठेवावी याचं चांगलं भान त्याला होतं. टॉम या कामात चांगला रमला होता, मात्र प्रयोगशाळेची ओढही त्याच्या मनात कायम होती; पण सकाळी ७ वाजल्यापासून रात्री ९.३०पर्यंत रेल्वेत असल्यामुळे त्याला प्रयोग करण्यासाठी वेळ मिळत नव्हता. शेवटी त्याने त्याची प्रयोगशाळा रेल्वेतच हलवायचं ठरवलं!

कोणतीही गोष्ट मिळवण्यासाठी तीन घटक गरजेचे असतात – मेहनत, चिकाटी आणि व्यवहार ज्ञान.

तेव्हाच्या रेल्वेला तीन प्रकारांचे डबे असायचे. एक सामानासाठी आणि प्रवाशांसाठी, एक स्त्रियांसाठी, आणि एक सिगरेट ओढणाऱ्यांसाठी. सिगरेट ओढणाऱ्यांसाठीच्या डब्याला खिडक्या नसायच्या. त्यामुळे सगळा धूर डब्यातच कोंडला जात असल्यामुळे लोक तो डबा वापरत नसत आणि तिथे कधी कुणी येतही नसे. टॉमने याच डब्यात त्याची प्रयोगशाळा थाटली. एव्हाना टॉमची कमाई चांगली होत होती. त्या काळात तो दिवसाला आठ ते दहा डॉलर्स कमवत होता. 'आईला रोज एक डॉलर देता येईल, एवढी कमाई झाली पाहिजे.' असं टॉमने काम सुरू करतानाच ठरवलं होतं. सगळा खर्च आणि आईचा एक डॉलर जाऊनही टॉमकडे बऱ्यापैकी पैसे उरायचे. 'त्या पैशांमधून प्रयोगासाठी लागणारी रसायनं खरेदी करायची आणि रेल्वेमध्ये

मिळणाऱ्या मोकळ्या वेळेत प्रयोग करायचे.' असं टॉमने ठरवलं.

पोर्ट ह्युरॉनहून डेट्रॉइटला पोहोचण्यासाठी तीन तास लागायचे आणि संध्याकाळी परत पोर्ट ह्युरॉनला निघेपर्यंतची अख्खी दुपार टॉमला मोकळी मिळायची. पुन्हा परतीच्या प्रवासातले तीन तासही त्याला मिळायचे. डेट्रॉइट हे मोठं शहर असल्यामुळे तिथे टॉमला रसायनांची मनसोक्त खरेदी करता यायची. पोर्ट ह्युरॉनला पाहायलाही न मिळणारी रसायनं डेट्रॉइटमध्ये सहज खरेदी करता यायची. तिथलं सार्वजनिक वाचनालय खूप मोठं होतं. टॉमला तिथे रसायनशास्त्र आणि विज्ञानाच्या पुस्तकांचा मोठा खजिनाच मिळाला. वर्तमानपत्रांचे गठ्ठे, खायचे पदार्थ, मासिकं, कादंबऱ्या, रसायनांच्या बाटल्या, प्रयोग करण्यासाठी वेगवेगळी भांडी, नळ्या, वाचनालयाची पुस्तकं असं एकेक सामान हळूहळू येत गेल्याने प्रयोगासाठीच्या डब्यात टॉमचं दुसरं घरच तयार झालं. लवकरच त्या कामात आणखी एका नव्या कामाची भर पडली.

त्या वेळी टॉम 'डेट्रॉइट फ्री प्रेस' नावाचं वर्तमानपत्र विकायचा. ते घेण्यासाठी तो त्या वर्तमानपत्राच्या ऑफिसमध्ये

जायचा आणि बराच वेळ तिथेच रेंगाळत असायचा. त्याला वर्तमानपत्रं छापण्याची मशीन्स पाहायला आवडायचं. रोज तिथे जाऊन-जाऊन वर्तमानपत्र छापण्याची सगळी प्रक्रिया त्याला माहीत झाली होती. तिथे काम करणाऱ्यांना तो कधीकधी किरकोळ मदतही करायचा. तिथून निघताना एक गोष्ट त्याचं लक्ष हमखास वेधून घ्यायची. वर्तमानपत्रं छापताना थोडंसं खराब झालेलं, न लागणारं साहित्य तिथे फेकून दिलेलं असायचं. ते साहित्य रोज पाहून-पाहून एक दिवस टॉमच्या डोक्यात एक कल्पना आली. ते साहित्य वापरून त्याने बातमीपत्र काढायचं ठरवलं!

रेल्वेत काम करत असल्याने रोज वेगवेगळ्या लोकांशी टॉमची ओळख होत होती. रोजच्या प्रवासात त्याला इकडचीतिकडची माहिती, बातम्या कळायच्या. बातमीपत्रासाठी त्यांचाच उपयोग करण्याचं टॉमच्या डोक्यात होतं. डेट्रॉइटमधल्या हॉटेलमालकाने हॉटेल्सची बिलं छापणारी मशीन्स विकायला काढली होती. टॉमने ती मशीन्स विकत घेतली आणि रेल्वेच्या डब्यातच बसवली. बाकीचा कच्चा माल त्याला डेट्रॉइट फ्री प्रेसकडून मिळत होता. अर्थात, चालत्या रेल्वेमध्ये छपाई करणं, ही सोपी गोष्ट नव्हती. मात्र तेही टॉमने जमवलं. प्रत्येक शब्दासाठी लागणारी अक्षरं त्याने एका सपाट पृष्ठभागावर बसवली. ते सगळं सामान मांडीवर ठेवून तो छपाई करायचा. त्यातून तयार होणारं बातमीपत्र साधंसोपं होतं. त्यात मोठ्या वहीच्या आकाराची चार पानं असायची. टॉमने त्याच्या या वर्तमानपत्राचं नाव ठेवलं, 'वीकली हेराल्ड'. वर्तमानपत्राचं सगळं काम तो एकटाच करायचा; म्हणजे बातम्या लिहिणं, अक्षरं जुळवणं, छापणं आणि विकणंही! त्याची लिहिण्याची शैली लक्षवेधी होती. या वर्तमानपत्रात

महत्त्वाच्या बातम्यांबरोबर लोकांना वाचायला आवडणारे चटकदार किस्से, रेल्वेलाइनच्या आजूबाजूच्या व्यापाऱ्यांच्या जाहिराती, चुटके, जन्ममृत्यूच्या घटना हेही असायचं. त्या काळी एकदा सकाळचं वर्तमानपत्र वाचून झाल्यानंतर दुसऱ्या दिवसापर्यंत लोकांना ताज्या बातम्या कळत नव्हत्या. ती पोकळी टॉमच्या वीकली हेराल्डने भरून काढली. त्याचं साधं, सोपं, छोटंसं बातमीपत्र लोकांना आवडायला लागलं. रेल्वेतून रोज प्रवास करणारे लोक ते आवर्जून विकत घ्यायला लागले. हळूहळू रोज चारशे अंक खपायला लागले. स्वतःच्या कामात सारखं काहीतरी नवं करण्याची सवय टॉमला उपजतच होती. अंकाचा खप पाहून त्याने रेल्वेच्या टेलिग्राफच्या मदतीने महत्त्वाच्या बातम्यांची संख्या वाढवली.

त्या दिवशीही टॉम नेहमीप्रमाणे रेल्वेच्या त्या डब्यात काम करत होता. स्टेशन यायच्या आत त्याला वीकली हेराल्डचा मजकूर तयार करून ठेवायचा होता; कारण एकदा डेट्रॉइटला पोहोचल्यानंतर वर्तमानपत्रं, फळं, भाज्या हे सगळं विकायच्या नादात मजकूर तयार करण्यासाठी त्याला वेळ होत नसे. तेव्हाच्या रेल्वेचा वेग फार कमी असायचा; ताशी फक्त ३५ मैल. रेल्वेचे रूळही आत्ताइतके चांगले नव्हते. रेल्वे कशीबशी खडबडत धावायची. त्या दिवशी रेल्वे अशीच एका रुळावरून घसरणार असल्याचं लक्षात आल्याबरोबर चालकाने सगळं कौशल्य पणाला लावून ती थांबवली. एक मोठा गचका खाऊन रेल्वे थांबली; त्याबरोबर टॉमच्या डब्यात वरती ठेवलेली फॉस्फरसची नळी त्या गचक्यामुळे उंच उडाली. ती झेलण्यासाठी टॉम धावला खरा, पण तोवर ती खाली पडली. ज्वालाग्राही गुणधर्माच्या फॉस्फरसने

क्षणात पेट घेतला आणि डब्यात मोठी आग लागली. टॉम भांबावून गेला. कुठल्यातरी डब्यात आग लागल्याचं रेल्वेच्या वाहकाच्या लक्षात आलं. तो पाणी घेऊन ताबडतोब डब्याकडे धावला. त्याने आग विझवली, पण तो भयंकर चिडला होता. त्याने टॉमच्या कानाखाली एक सणसणीत ठेवून दिली आणि बखोटीला धरून त्याला बाहेर काढलं; त्याचं सगळं सामान आणि अख्खी प्रयोगशाळा स्टेशनवर भिरकावून दिली. खरं तर प्रवाशांच्या सुरक्षेच्या दृष्टीने त्या वाहकाचं वागणं बरोबरच होतं.

नाजूक कानावर झालेल्या वारामुळे टॉमच्या डोळ्यांपुढे क्षणभर अंधारी आली, डोक्याला झिणझिण्या आल्या, तरी त्याचं सगळं लक्ष त्याच्या लाडक्या प्रयोगशाळेच्या फुटक्या सामानाकडे होतं. त्याचे डोळे भरून आले. स्टेशनवरच्या गर्दीचा त्याच्यावर काहीच परिणाम होत नव्हता. विखुरलेल्या सामानासमोर सुन्नपणे बसलेल्या टॉमचा एक कान वाहकाकडून खाल्लेल्या मारामुळे कायमचा बहिरा झाला होता.

इच्छा तेथे मार्ग

आगीच्या त्या प्रसंगाने टॉमला धक्का नक्कीच बसला, पण तरी तो नाउमेद झाला नाही. त्याने वीकली हेराल्ड घरीच छापायला सुरुवात केली. प्रयोगशाळा तर होतीच, आता फक्त धोकादायक रसायनं आणणार नसल्याचं वचन टॉमने आईला दिलं. त्या प्रसंगानंतरही न्यूज बचर म्हणून टॉमची नोकरी सुदैवाने टिकून राहिली. फक्त आता त्याने स्वतः जाण्याऐवजी इतर मुलांकडे ते काम सोपवलं. या बातमीपत्राचा खप आणि प्रसिद्धी खूपच वाढत होती. मग टॉमने वीकली हेराल्डचं नाव बदलून 'पॉल प्राय' केलं. टॉम पॉल प्रायमध्ये बातम्यांऐवजी आजूबाजूच्या लोकांचे संदर्भ घेऊन चटकदार किस्से छापायचा. पॉल प्रायसुद्धा थोड्याच काळात लोकप्रिय झालं. मात्र एकदा टॉमने एका तरुणाबद्दल काहीतरी लिहिलं आणि ते त्याला अजिबात न आवडल्याने त्याने टॉमला सेंट क्लिव्हर नदीत ढकलून दिलं. बर्फासारख्या थंडगार पाण्यात पडल्याने टॉमची अवस्था फारच वाईट झाली.

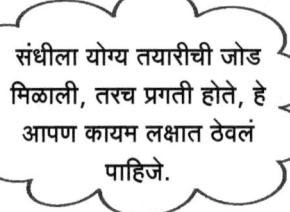

त्या घटनेनंतर मात्र टॉमचा पत्रकारितेतला रसच संपून गेला आणि त्याने पॉल प्राय बंद करून टाकलं. मात्र त्याची लिखाणाची शैली इतकी ओघवती होती की, एवढ्या लहान वयात स्वतःचं बातमीपत्र सुरू करणाऱ्या टॉमची लंडन टाइम्ससारख्या मोठ्या वर्तमानपत्राने दखल घेतली आणि त्याच्यावर एक मोठा लेख छापला. संपूर्णपणे रेल्वेमध्ये तयार झालेलं बातमीपत्र म्हणून त्यांनीच टॉमच्या वीकली हेराल्डची इतिहासात नोंद केली; पण आता टॉमला ते सगळं नकोसं वाटत होतं. त्याने भाज्या आणि फळं विकण्याचं बहुतेक कामही नेमलेल्या मुलांवर सोपवलं होतं. टॉमच्या बुद्धीला आता नवं खाद्य हवं होतं.

> **संधीला योग्य तयारीची जोड मिळाली, तरच प्रगती होते, हे आपण कायम लक्षात ठेवलं पाहिजे.**

आता टॉम त्याचा सगळा वेळ रेल्वेस्टेशनवर भटकण्यात घालवायला लागला. बाकी काहीही असलं, तरी त्याला रेल्वेबद्दल असलेलं आकर्षण तसूभरही कमी झालं नव्हतं. बऱ्याच स्टेशनमास्तरांशी, रेल्वेचालकांशी त्याची दोस्ती होती. तो कधी रेल्वेचालकाबरोबर त्याच्या डब्यात बसून प्रवास करायचा, तर कधी स्टेशनमास्तरांच्या ऑफिसमध्ये बसून टेलिग्राफवर चाललेलं काम पाहायचा. इंजिनाच्या डब्यात बसल्या- बसल्या तो सगळ्या गोष्टींची माहिती करून घ्यायचा. एकदोनदा त्याने रेल्वे चालवण्याची हौसही पूर्ण करून घेतली होती. मात्र युटिका स्टेशनवर सगळ्यांत मोठी मजा झाली. ख्रिसमस एक आठवड्यावर आल्याने भरपूर फळं, कॅन्डी असं बरंच सामान रेल्वेतून विकायला नेलं जात होतं. युटिका स्टेशन जवळ आलं असताना माल

असलेले चार डबे रुळावरून घसरले आणि सगळा माल विखुरला. खाण्यापिण्याचे इतके चांगले पदार्थ वाया जात असल्याचं टॉमला सहन झालं नाही. जमतील तितके पदार्थ त्याने थेट खायलाच सुरुवात केली. त्याने पोटाला तडस लागेपर्यंत फळं, कॅन्डीज खाल्ल्या. ते पदार्थ वाया गेले नाहीत हे खरं असलं, तरी इतकं खाल्ल्याने टॉमचं पोट मात्र खूप बिघडलं.

रेल्वे इंजीनच्या डब्याइतकंच टॉमला टेलिग्राफ हे मशीन खूप आवडायचं. यंत्राद्वारे एका ठिकाणाहून दुसऱ्या ठिकाणी संदेश पाठवला जाण्याचा प्रकार त्याला अद्भुत वाटायचा. टॉमची निरीक्षणशक्ती जबरदस्त होती. त्याला टेलिग्राफचं बरंचसं काम केवळ निरीक्षणातून समजायला लागलं होतं. त्याला टेलिग्राफचं काम शिकायचीही प्रचंड उत्सुकता होती. मात्र स्टेशनमास्तर त्याला दाद देत नव्हते; पण 'इच्छा तेथे मार्ग' या म्हणीप्रमाणे एका नाट्यमय प्रसंगानंतर टॉमला तशी संधी मिळाली.

टेलिग्राफर टॉम

ऑगस्ट महिन्यातल्या एका सकाळी टॉम नेहमीप्रमाणे रेल्वेत कामाला आला होता. पोर्ट ह्युरॉनहून निघालेली रेल्वे वाटेत माउंट क्लेमेन्स स्टेशनला थांबायची. माल चढवलेले डबे गाडीला जोडण्याचं काम तिथे केलं जायचं. रेल्वेच्या एका सुट्या डब्यात माल भरून त्याला मागून धक्का दिल्यावर तो डबा वेगात पुढे जाऊन रेल्वेच्या मागच्या बाजूला असलेल्या हुकला जोडला जायचा. त्या दिवशीही हे काम नेहमीप्रमाणे सुरू होतं. रेल्वे सुरू होईपर्यंत टॉम स्टेशनवर इकडेतिकडे फिरत होता. माल भरण्याचं काम संपवून कामगारांनी डब्याला वेग दिला आणि तो रेल्वेच्या दिशेने वेगाने जायला लागला. डब्याच्या जाण्याच्या वाटेत एक छोटा मुलगा खेळत बसला होता आणि त्याच्याकडे कुणाचंही लक्ष नव्हतं. टॉमने ते पाहिलं आणि त्याचा थरकाप झाला. हातातले पेपरचे गठ्ठे तसेच खाली टाकून तो रुळाच्या दिशेने धावला. रुळावर पटकन उडी मारून त्याने त्या मुलाला उचललं

आणि तो बाजूला झाला. ते दृश्य पाहून सगळं स्टेशन काही क्षण स्तब्ध झालं. त्यानंतर टॉमला आणि त्या मुलाला फलाटावर घेतलं गेलं. सगळे जण टॉमचं कौतुक करायला लागले. रुळावर खेळणारा हा मुलगा तिथल्या स्टेशन मास्तरचा मुलगा होता. स्वतःच्या मुलाला वाचवल्याबद्दल या स्टेशन मास्तरची टॉमसाठी काहीही करण्याची तयारी होती. टॉमला टेलिग्राफी शिकायची असल्याचंही स्टेशन मास्तरला माहीत होतं. त्याने टॉमला टेलिग्राफी शिकवण्याची तयारी ताबडतोब दाखवली.

दुसऱ्याच दिवसापासून टॉमची शिकवणी सुरू झाली. थोड्याच दिवसांत तो टेलिग्राफीच्या बाराखडीत, म्हणजेच 'मोर्स कोडमध्ये' तरबेज झाला. मोर्स कोड म्हणजे ठिपक्यांची आणि रेषांची सांकेतिक भाषा. या भाषेत इंग्रजीतल्या प्रत्येक मुळाक्षरासाठी, तसंच प्रत्येक आकड्यासाठी ठिपक्यांची आणि रेषांची विशिष्ट पद्धत ठरवून दिलेली असते. उदाहरणार्थ, A या मुळाक्षरासाठी ·- किंवा १ या आकड्यासाठी ·---- रेल्वे यंत्रणेने स्वतःच्या सोयीसाठी मोर्स कोड या पद्धतीत थोडी भर घातली होती. म्हणजे ७३ हा आकडा आनंदाची बातमी देण्यासाठी, तर मृत्यूच्या बातमीसाठी २३ हा आकडा वापरला जायचा. रेल्वेच्या धडधडत्या डब्यात बसून अक्षरजुळणी करण्याचा अनुभव असल्यामुळे टॉमला टेलिग्राफी शिकणं सोपं गेलं.

पुढचे तीन ते चार महिने टॉम कसून टेलिग्राफी शिकत होता. तो रोज किमान १७-१८ तास तिकडेच बसून टेलिग्राफी शिकत राहायचा. टेलिग्राफीचं तंत्र, त्याचे बारकावे आणि त्या यंत्राबद्दलच्या सगळ्या तांत्रिक गोष्टीसुद्धा टॉमने शिकून घेतल्या. टेलिग्राफी शिकूनही टॉमला या तंत्राचा वापर करण्याची संधी

मिळत नव्हती, कारण अर्थातच त्यासाठी त्याला कुणीतरी नोकरी देणं गरजेचं होतं. दरम्यान टॉमने ग्रॅन्ड ट्रंक रेलरोडमध्ये रेल्वे ऑपरेटरच्या नोकरीसाठी अर्ज केला आणि त्याला लगेच नोकरी मिळाली. त्याला कॅनडामध्ये स्ट्रॅटफोर्ड जंक्शन इथे रोज रात्री ऑपरेटरचं काम करायचं होतं. नोकरीचं ठिकाण घरापासून फारसं लांब नसल्याने घरच्यांनीही या कामासाठी त्याला परवानगी दिली.

बहुतेक ऑपरेटर्सना रात्रपाळीची नोकरी नको असायची. टॉमचं बरोबर उलट होतं. दिवसभर प्रयोग करता यावेत म्हणून त्याला रात्रपाळीचीच नोकरी हवी होती. संध्याकाळी ७ ते सकाळी ७ अशी त्याच्या कामाची वेळ होती. आपण करत असलेल्या कामाचा अभ्यास करणं, त्याचे नवे पैलू शोधणं आणि त्याच्यात नावीन्य आणण्यासाठी प्रयोग करणं हा टॉमचा स्वभाव असल्यामुळे त्याला कामात रुळायला फारसा वेळ लागला नाही. स्वतःचं टेलिग्राफीचं कौशल्य आणखी सुधारावं म्हणून तो सतत प्रयत्न करत असायचा. टेलिग्राफवरून आलेला मजकूर वाचायला बराच वेळ लागत असल्यामुळे कमीतकमी वेळात मजकूर वाचून काढण्याचा सराव टॉम बरेच दिवस करत होता. नंतर तो त्यात इतका तरबेज झाला की, वाक्याकडे नजर टाकताक्षणी त्याला त्याचा अर्थ लक्षात यायचा. ही सवय त्याला आयुष्यभर पुरली.

रात्री नोकरी आणि दिवसभर प्रयोग असं टॉमचं वेळापत्रक चांगलं बसलं होतं; प्रयोगही जोरात सुरू होते. प्रयोगशाळेसाठी लागणाऱ्या साहित्यावर त्याच्या पगारातले बरेचसे पैसे खर्च व्हायचे. गरज ही शोधाची जननी आहे, असं म्हणतात. टॉमच्या अशाच एका गरजेतून त्याचं पहिलं संशोधन जन्माला आलं. रात्रपाळीचे ऑपरेटर्स जागे राहावेत म्हणून रात्री नऊनंतर दरतासाला

त्यांना रेल्वेचं वेळापत्रक सांभाळणाऱ्या ऑफिसमध्ये ६ हा आकडा सिग्नल म्हणून पाठवायला लागायचा. सिग्नलचा अर्थ 'ऑपरेटर जागा आहे' असा होता. रात्रभर काम केल्यानंतर दिवसाही प्रयोग करत असल्यामुळे टॉम जेमतेम दोनतीन तास झोपायचा. मग ऑफिसमध्ये त्याला खूप झोप यायची. म्हणून त्याने सिग्नल पाठवण्यासाठी रिमवर चालणारं एक छोटं चाक तयार केलं आणि ते त्याच्या टेबलावरच्या घड्याळाला जोडलं. ऑफिसमध्ये रात्रपाळीला असलेल्या पहारेकऱ्याशी टॉमची दोस्ती झाली होती. टेलिग्राफची लाइन शांत झाल्यावर पहारेकरी ते यंत्र सुरू करायचा. प्रत्येक तास पूर्ण झाल्यावर ते चाक फिरायचं आणि ६ आकडा पाठवला जायचा. त्याचं हे संशोधन यशस्वी झालं. टॉमचा हा कारभार बरेच दिवस निर्धोकपणे सुरू होता. तिकडे वेळापत्रक सांभाळणाऱ्या ऑफिसमध्ये कुणाला संशय आला नव्हता, मात्र एरवी टेलिग्राफ पाठवल्यानंतर त्यापुढे येणारी 'एसएफ' ही अक्षरं टॉमच्या सिग्नलमध्ये येईनाशी झाल्याने नंतर-नंतर या ऑफिसमधल्या कर्मचाऱ्यांना शंका आली. शेवटी त्यांनी चौकशी केली आणि त्यांना टॉमच्या या यंत्राबद्दल कळलं. त्यांनी सुदैवाने हे फारसं गांभीर्याने घेतलं नाही.

  येणारी मालगाडी स्टेशनवरच थांबवून ठेवण्याचा आदेश एका रात्री टॉमला मिळाला होता. मालगाडी थांबवण्यासाठी सिग्नल नियंत्रकाची गरज लागायची, कारण तोच गाडी थांबण्यासाठीच्या सिग्नलची तयारी करायचा. टॉम सिग्नल-नियंत्रकाला शोधायला तातडीने निघाला, पण तो भेटण्याआधीच टॉमसमोरून मालगाडी धडधडत पुढे निघून गेली. टॉम तसाच धावत ऑफिसमध्ये गेला आणि मालगाडी थांबवू न शकल्याचं त्याने रेल्वेचं वेळापत्रक

सांभाळणाऱ्या ऑफिसला कळवलं. त्यामुळे पलीकडचा माणूस वैतागला, कारण टॉम ती मालगाडी थांबवेल, या भरवशावर त्याने विरुद्ध दिशेच्या शेवटच्या स्टेशनवर असलेल्या दुसऱ्या गाडीला निघण्याचा सिग्नल दिला होता. याचा अर्थ आता दोन्ही गाड्या एकाच मार्गावरून विरुद्ध दिशांनी प्रवास करत होत्या. समोरून येणारी गाडी रात्रीच्या काळोखात लगेच दिसणंही अवघड होतं. दोन्ही गाड्यांचे इंजिनिअर्स सुदैवाने सावध होते आणि परिस्थिती लक्षात आल्याक्षणी त्यांनी आपापल्या गाड्या थांबवल्या. त्यामुळे मोठा अपघात टळला. मात्र टॉमच्या नोकरीवर गदा आली. खरं तर जे झालं होतं, त्यात टॉमची फारशी चूक नव्हती. कारण गाडी थांबवण्यासाठी त्याच्याकडे फार कमी वेळ होता. मात्र तरीही त्याची नोकरी गेली.

स्ट्रॅटफोर्डची नोकरी सुटल्यानंतर घरी परत जाण्याऐवजी टॉमने इतर ठिकाणी टेलिग्राफरचीच नोकरी शोधायचं ठरवलं. मग त्याला मिशिगन राज्यातल्या एड्रियन गावात अधीक्षकाच्या ऑफिसमध्ये टेलिग्राफरची नोकरी मिळाली, पण तीही टिकली नाही. मग टॉम तिथून टोलेडो इथे गेला. फोर्ट वेन आणि शिकागो रेल्वेरोडवर त्याला नोकरी मिळाली. तिथे त्याला दिवसा काम करायला लागायचं. तिथे असताना टॉमने एक छोटं यंत्र विकसित केलं. ऑपरेटर्सना आलेले संदेश हाताने लिहिण्याची गरज या यंत्रामुळे उरली नाही. उलट मोर्स कोड पद्धतीने थेट कागदावर संदेश लिहिला जायचा. ते यंत्र बरं चालायचं, पण ऑपरेटर्सना ते फार आवडलं नव्हतं, किंबहुना ते टॉमच्या प्रयोगांची थट्टा करायचे. अर्थात, त्यामुळे टॉम नाउमेद कधीच झाला नाही. थोड्याच दिवसांत टॉमला दिवसा काम करण्याचा खूप कंटाळा आला.

मग त्याने तीही नोकरी सोडली आणि तो इंडियानापोलीस इथे गेला. तिथे त्याला वेस्टर्न युनिअन टेलिग्राफ कंपनीत युनिअन स्टेशनवर रात्रपाळीची नोकरी मिळाली. पगारही चांगला ७५ डॉलर्स होता. तिथले अधीक्षक वॉलिक स्वभावाने चांगले होते. प्रयोगांसाठी लागणारी उपकरणं खरेदी करायला ते टॉमला पैसे द्यायचे. त्यांनी टॉमला एकंदरीतच खूप मदत केली, प्रोत्साहन दिलं.

काही काळाने कंपनीने त्याची बदली सिनसिनाटी या शहरात केली. तिथे टॉम छान रमला. काम झाल्यावर उरलेल्या वेळात बॅटरी आणि सर्किट घेऊन तो काहीतरी खुडखुड करत बसायचा. टेलिग्राफीचं काम सोपं करणारं एखादं यंत्र त्याला बनवायचं होतं. सिनसिनाटीच्या त्या ऑफिसमध्ये उंदरांचा खूप त्रास होता. अख्ख्या खोलीत उंदीर रात्रभर धुमाकूळ घालायचे. यावर टॉमने जालीम उपाय काढला. त्याने एक अगदी साधंसोपं यंत्र तयार केलं आणि त्याला नाव दिलं, 'रॅट पॅरालायझर'. एखाद्या उंदराचा त्या यंत्रावर पाय पडला, तर त्याच्या प्लेट्स अशा फिरायच्या की, उंदराला शॉक बसायचा आणि तो मरायचा. त्यामुळे थोड्याच दिवसांत उंदरांचा उपद्रव संपला.

बढती मिळावी, असं सिनसिनाटीमध्ये आल्यापासून टॉमला खूप वाटत होतं. तो प्लग या पदावर, म्हणजेच सर्वांत खालच्या पातळीवरचा टेलिग्राफर म्हणून काम करत होता. त्याला 'फर्स्ट क्लास ऑपरेटर' व्हायचं होतं. वर्तमानपत्रांसाठी टेलिग्राफद्वारे येणाऱ्या बातम्या लिहून फर्स्ट क्लास ऑपरेटर्सना त्या बातम्या वर्तमानपत्रांच्या ऑफिसमध्ये द्याव्या लागायच्या. म्हणून बातम्या उतरवून घेण्यासाठी टॉमने मुख्य स्टेशनच्या ऑफिसमध्ये जायला

चिकाटी सोडून देणं हा आपला सगळ्यात मोठा दुबळेपणा असतो. यशस्वी होण्याचा निश्चित मार्ग म्हणजे, फक्त आणखी एकदा प्रयत्न करणं.

सुरुवात केली. टॉम स्वतःहूनच इतर ऑपरेटर्सकडून हे काम मागून घ्यायचा. त्यांनाही बरं वाटायचं. हे काम सोपं नव्हतं. बातम्या भरभर लिहून घ्याव्या लागायच्या. अशा वेळी गडबडीत काही शब्द राहून जायचे, अक्षरही खराब यायचं; पण पर्याय नव्हता. कोऱ्या, रेषा न आखलेल्या कागदावर एका ओळीत लिखाण करणं टॉमला सरावाने जमायला लागलं. त्याने लिहिलेल्या बातमीत फारशी खाडाखोड नसायची. एखादा शब्द राहून गेला, तर टॉम वाक्य पूर्ण वाचून तिथे योग्य वाटेल असा शब्द घालायचा. एकदा त्याने 'इनक्वायरर' या वर्तमानपत्रासाठी एक बातमी लिहून घेतली आणि पाठवली. त्यातलं अक्षर खराब होतं, पण वर्तमानपत्रातले लोक त्याचा अर्थ लावू शकले असते, एवढं त्याला नक्की माहीत होतं. टॉमने त्या वर्तमानपत्रासाठी ही बातमी पाठवली खरी, पण त्याला रात्रभर चैन पडत नव्हतं. 'आपलं काहीतरी चुकलं असेल का?' हाच विचार त्याच्या मनात येत होता. त्याने पाठवलेल्या बातमीत काही गोंधळ नसल्याचं दुसऱ्या दिवशी पहाटे चार वाजता वर्तमानपत्र आल्याआल्या त्याने तपासलं. त्यात काही चूक तर नव्हती, मात्र खरी कसोटी ऑफिसमध्ये होती. प्रत्येकाने लिहिलेल्या बातमीचा कागद ऑफिसमध्ये एका हूकला टांगलेला असायचा. त्यांचे बॉस स्टीव्हन्स हे सगळे कागद रोज वाचायचे. त्या दिवशी एडिसन दिवसाही ऑफिसमध्येच थांबला. त्याचं लिखाण पाहून स्टीव्हन्स काय म्हणतात, याकडे त्याचं सगळं

लक्ष लागलेलं होतं. त्या बातमीबद्दल दुपारपर्यंत कुणी काहीच बोललं नाही. हूकला लावलेल्या सगळ्या बातम्यांचे कागद स्टीव्हन्सनी तीन वाजता वाचले आणि परत ठेवून दिले. टॉमच्या खराब अक्षराकडे त्यांचं फारसं लक्ष गेलं नसल्याचं टॉमच्या लक्षात आलं आणि त्याला हायसं वाटलं. ते टॉमपाशी आले आणि म्हणाले, ''मुला, तू यापुढे लुइस वायर नाइट्ससाठी काम करावंस, अशी माझी इच्छा आहे. तुझा पगार १२५ डॉलर्स असेल.'' त्या बातमीने टॉमला 'फर्स्ट क्लास ऑपरेटर' बनवलं.

फर्स्ट क्लास ऑपरेटर बनण्याचं टॉमचं स्वप्न खरं झालं होतं, पण टॉमच्या प्रयोगशील वृत्तीमुळे त्याची हीही नोकरी काही काळाने सुटली. मात्र कामाचा भरपूर अनुभव असल्यामुळे टॉमला नोकरीची चिंता नव्हती. तो परत सिनसिनाटीला गेला आणि त्याने वेस्टर्न युनिअन ऑफिसमध्ये नोकरी मिळवली. टेलिग्राफीचं काम सोपं होण्यासाठी यंत्र तयार करण्याची त्याची खटपट तिथे गेल्यावर अजूनच वाढली. रिलेज, रिपीटर्स आणि ड्युप्लेक्सेस अशी उपकरणं वापरून तो टेलिग्राफी सोपी करण्याचा प्रयत्न करत होता. रिलेजमध्ये विद्युत्चुंबकं वापरून वायरद्वारे विद्युत्संदेश पाठवता यायचे. टेलिग्राफ वायरमधून विद्युत्संदेश पुढे पाठवला जात असताना त्या संदेशाची क्षमता वाढवण्यासाठी रिपीटर्स बॅटरीचा उपयोग करायचे. ड्युप्लेक्समुळे एकाच वेळी टेलिग्राफ वायरमधून विरुद्ध दिशेला दोन संदेश पाठवता यायचे. यंत्र कसं असावं, याची कच्ची आकृती टॉम त्याच्या वहीत काढून ठेवायचा. त्याने त्याच्या खोलीवर एक छोटं वर्कशॉप बनवलं होतं. प्रयोगासाठी लागणारं छोटंमोठं साहित्य तो स्वतःच तयार करायचा.

काम आणि प्रयोग यांच्यातच टॉमचा बहुतेक वेळ जायचा

हे खरं असलं, तरी तो स्वभावाने खूप मिश्कील होता. त्याने वेस्टर्न युनिअनमध्ये असताना वायरच्या आणि बॅटरीच्या मदतीने बेसिनच्या नळात विजेचा हलका प्रवाह सोडला होता. त्यामुळे त्या बेसिनवर कुणी हात धुवायला आलं की त्याला अगदी हलकासा झटका बसायचा आणि तो दचकायचा. बेसिनवर असलेल्या छताला टॉमने एक भोक पाडलं होतं. या भोकातून तो प्रत्येकाची गंमत पाहायचा. विशेष म्हणजे सतत कामात राहून, आयुष्यभर प्रयोग करतानाही त्याची विनोदबुद्धी आणि मिश्कीलपणा या गोष्टी कायम राहिल्या.

आता टॉमला परत घरी जावंसं वाटत होतं. सततच्या भटकंतीने तो काहीसा कंटाळला होता. त्याहीपेक्षा महत्त्वाचं म्हणजे टॉमची आई नॅन्सी आजारी होती. वडलांनाही फारसं काम मिळत नव्हतं. मग वेस्टर्न युनिअनची नोकरी सोडून तो घरी पोर्ट ह्युरॉनला गेला. ते १८६७ साल होतं. एडिसनने काही काळ पोर्ट ह्युरॉनमध्येच थांबायचं ठरवलं. मात्र त्या गावात प्रगतीच्या, नोकरीच्या संधी फारशा नव्हत्या. शिवाय त्याच्या कुटुंबाची एकंदर परिस्थिती लक्षात घेता, त्याला चांगली कमाई करणंही आवश्यक होतं. मग त्याने बोस्टनला जायचं ठरवलं. बोस्टनमधल्या वेस्टर्न युनिअन कंपनीमध्ये त्याचा मित्र मिल्टन अॅडम्स काम करत होता. त्याला पत्र लिहून टॉमने स्वतःसाठी नोकरी शोधायला सांगितलं. ताबडतोब नोकरी मिळाल्याने मिल्टनने टॉमला लगेच बोलावून घेतलं. टेलिग्राफीमध्ये टॉमला खूप रस होता. बोस्टनला जाऊन टेलिग्राफीतच करिअर करण्यासाठी तो उत्सुक होता; पण तसं होणार नव्हतं. बोस्टन त्याला एका वेगळ्याच वाटेवर घेऊन जाणार होतं.

यशामागचं 'उपयुक्त' कारण

वेस्टर्न युनिअनच्या ऑफिसमध्ये टेलिग्राफरच्या नोकरीसाठी आलेल्या एडिसनभोवती तिथले सगळे ऑपरेटर गोळा झाले होते. नव्या उमेदवाराच्या टेलिग्राफीच्या कौशल्याची चाचणी घेतल्यावर मगच त्याला नोकरी देण्याची तिथे पद्धत होती. सगळ्यांत जास्त वेगाने मजकूर पाठवणारा न्यू यॉर्कमधला एक ऑपरेटर एडिसनची परीक्षा घेणार होता. त्याचा वेग तुफान असल्याने त्याच्यापुढे फारसं कुणी टिकत नसे. परीक्षा देताना उमेदवारांची होणारी गडबड पाहायला बाकीच्या ऑपरेटर्सना खूप मजा येत असे. त्या दिवशीही ते एडिसनची फजिती पाहायला उत्सुक होते.

परीक्षेला सुरुवात झाली. न्यू यॉर्कमधला ऑपरेटर संदेश भराभर पाठवायला लागला. मॉर्स कोडमधला संदेश उतरवून घेताना सुरुवातीला एडिसनची गडबड होत होती. त्याचा वेगही कमी होता. भोवती जमलेले ऑपरेटर्स हे पाहून हसू दाबायला लागले. एडिसन कधी हार मानतोय, याकडे त्यांचं लक्ष लागलेलं

होतं. असं एकदोनदा झाल्यावर एडिसनच्या ते लक्षात आलं. मग त्याने एकाग्र चित्ताने संदेश उतरवून घ्यायला सुरुवात केली. पुढच्या दहा मिनिटांतच त्याचा लिहून घेण्याचा वेग न्यू यॉर्कच्या ऑपरेटरच्या संदेश पाठवण्याच्या वेगापेक्षा वाढला. सगळे जण एडिसनकडे आश्चर्याने पाहत होते. एका क्षणी या ऑपरेटरऐवजी एडिसननेच संदेश पाठवला. त्यात एडिसनने लिहिलं, 'तू खूप दमला असशील, तर दुसऱ्या पायानेही संदेश लिहायला का घेत नाहीस?' त्यातला विनोद लक्षात आल्यावर जमलेले सगळे ऑपरेटर जोरजोरात हसायला लागले. एडिसनला ती नोकरी तर मिळालीच, शिवाय त्या प्रसंगानंतर सगळेच ऑपरेटर्स त्याच्याशी खूप आदराने वागायला लागले.

एडिसन तिथेही नेहमीप्रमाणे रात्रीच काम करायचा. बोस्टनमध्ये तो मिल्टन ॲडम्सबरोबरच राहायचा. बोस्टनमध्ये एडिसन पटकन रुळला. तिथलं वातावरणच तसं होतं. त्या वेळी त्या शहराची प्रगती वेगाने होत होती. विशेष म्हणजे ते शहर प्रत्येक प्रकारच्या गुणवत्तेला बहरण्याची संधी देत होतं. व्यक्तिमत्त्व-विकासासाठी अनुकूल अशा सगळ्या गोष्टी तिथे होत्या. म्हणजे साहित्य, संगीत, कला, व्यापार, मोठे उद्योजक, शास्त्रज्ञ, मोठमोठी वाचनालयं ... बोस्टनमध्ये गेल्यापासून एडिसनचं वाचन आणखी वाढलं. तो जवळपास सगळे पैसे पुस्तकांवर खर्च करायचा. कित्येकदा त्याच्याकडे रोजच्या खर्चासाठीही पैसे उरलेले नसायचे. कुठेही जाताना त्याच्या हातात जाडजूड पुस्तकांचे गठ्ठे असायचे. ऑफिसचं काम संपवून पहाटे चार वाजता घरी आल्यावर तो वाचनाला जी सुरुवात करायचा, ते सकाळी नाश्त्याच्या वेळीच थांबायचा. वाचनाबरोबरच त्याचं

> जी गोष्ट विकली जाणार नाही, तिचा शोध मी कधीच लावणार नाही. विक्री हा उपयुक्ततेचा पुरावा असतो आणि उपयुक्तता हेच यश असतं.

प्रयोग करणंही खूप वाढलं होतं. तो कुठल्यातरी संशोधनात सारखा बुडून गेलेला असायचा; एकाच वेळी वेगवेगळ्या संशोधनांवर काम करायचा. एखाद्या प्रयोगात अडचण आली, तर तो ते काम तिथेच थांबवायचा आणि दुसऱ्या संशोधनाकडे वळायचा. ते करता-करता त्याला पहिल्या प्रयोगात आलेल्या अडचणीचं उत्तर बऱ्याचदा मिळायचं. एकाच वेळी वेगवेगळ्या प्रयोगांवर काम करण्याची त्याची ही सवय आयुष्यभर कायम राहिली.

१८६८ साली वेस्टर्न युनिअनमध्येच असताना एडिसनने त्याचं पहिलं संशोधन म्हणजे एक यंत्र तयार केलं. त्याचं नाव ठेवलं इलेक्ट्रिक व्होट रेकॉर्डर. एडिसनने त्या यंत्राच्या पेटन्टसाठीही लगेच अर्ज करून ठेवला. राजकीय पक्षाच्या बैठकीत होणाऱ्या मतदानाच्या संदर्भातले मुद्दे नोंदवून घेणं हा त्याच्या नोकरीतल्या कामाचा एक भाग होता. हाताने मतं मोजण्याची पद्धत खूप किचकट आणि वेळखाऊ असल्याचं त्याने पाहिलं होतं. त्याने तयार केलेला व्होट रेकॉर्डर प्रत्येक प्रतिनिधीच्या टेबलवर बसवला असता, तर फक्त एक बटन दाबून 'हो' किंवा 'नाही' यांपैकी मत देता आलं असतं. या यंत्रामुळे खूप वेळ वाचला असता. मात्र हे यंत्र वापरण्यासाठी राजकीय पक्षांनी उत्सुकता दाखवली नाही. भरपूर पैसे आणि वेळ खर्चून एडिसनने तयार केलेलं हे यंत्र विनाकारण अपयशी ठरलं. तरीही त्यामुळे एडिसन नाउमेद झाला नाही. किंबहुना त्या यंत्राने त्याच्या संशोधनाला एक निर्णायक

दिशा दिली. फक्त शोध लावणं पुरेसं नसून लावलेला शोध यशस्वीपणे वापरला जाणंही तितकंच आवश्यक असल्याचं त्याच्या लक्षात आलं. त्यामुळे त्यानंतर त्याने फक्त सामान्य लोकांना उपयोगी पडतील आणि खरेदी करता येतील, अशीच यंत्रं बनवायचं ठरवलं. पुढच्या आयुष्यात एडिसन कायम म्हणायचा, ''जे विकलं जाणार नाही, अशा गोष्टीचा शोध मी कधीच लावणार नाही. विक्री हा संशोधनाच्या उपयुक्ततेचा पुरावा आहे आणि उपयुक्ततेतच यशाचं कारण दडलेलं आहे.''

नंतर त्याने ड्युप्लेक्स टेलिग्राफ यंत्र तयार करायला घेतलं. एका टेलिग्राफ वायरमधून एकाच वेळी दोन संदेश पाठवता येणारं यंत्र त्याला विकसित करायचं होतं. हे यंत्र बनवण्यासाठी त्याने ८०० डॉलर्सचं मोठं कर्ज काढलं. आणि भरपूर मेहनत घेऊन यंत्र बनवलं. मग या यंत्राची चाचणी घेण्यासाठी त्याने नोकरी सोडली आणि तो न्यू यॉर्कला गेला. तिथे तो रोचेस्टर नावाच्या शहरात गेला. कारण त्याला तिथल्या अटलांटिक आणि पॅसिफिक टेलिग्राफ वायरवरून न्यू यॉर्क आणि रोचेस्टर या दोन शहरांदरम्यान संदेशाची देवाणघेवाण करून ड्युप्लेक्स टेलिग्राफची चाचणी घ्यायची होती. एका शहरात एडिसन स्वतः थांबला आणि दुसरीकडे चाचणी घेण्यासाठी त्याने दुसरा साहाय्यक ठेवला. एडिसनने या साहाय्यकाला हे यंत्र वापरण्याची तपशीलवार माहिती लिहून दिली होती, पण त्याला काही केल्या ते यंत्र वापरायला जमत नव्हतं. त्यासाठी एडिसनने आठवडाभर प्रयत्न केला, पण त्या साहाय्यकाला ती चाचणी घेणं जमलं नाही. अखेर एडिसनने तो नाद सोडून दिला आणि तो बोस्टनला परत आला. ८०० डॉलर्सच्या कर्जाच्या रकमेतले फक्त काही सेन्ट्स आता त्याच्याकडे

उरले होते. नोकरी आणि डोक्यावर कर्ज अशा परिस्थितीत एडिसनचे दिवस अतिशय हलाखीत जायला लागले. मग त्याने परत न्यू यॉर्कला जायचं ठरवलं.

न्यू यॉर्क शहर टेलिग्राफीचं प्रमुख केंद्र होतं. तिथे काहीतरी काम मिळण्याची आणि महत्त्वाचं म्हणजे स्वतःच्या संशोधनाला वाव मिळण्याची आशा एडिसनला वाटत होती. सुरुवातीला एडिसनला एका कंपनीत तात्पुरतं काम मिळालं. त्यानंतर एक दिवस एडिसन नोकरीच्या शोधात लॉज गोल्ड इंडिकेटर नावाच्या कंपनीत गेला. ती कंपनी स्टॉक टिकर क्षेत्रात आघाडीवर होती. सोनेबाजारात व्यवहार करणाऱ्यांना स्टॉक टिकरवरून ही कंपनी सोन्याचे भाव कळवायची. कंपनीचे मालक डॉ. एस. एस. लॉज यांना भेटण्यासाठी एडिसन ऑफिसमध्ये थांबला होता, तेव्हा ऑफिसमधल्या संदेश पाठवणाऱ्या यंत्रात अचानक बिघाड झाला आणि ते बंद पडलं. त्यामुळे कंपनीचं सगळं कामच ठप्प झालं. स्वतः संशोधक असलेले डॉ. लॉज आणि कंपनीतले आणखी पाचसहा तज्ज्ञ तंत्रज्ञ त्या यंत्रात झालेला बिघाड शोधण्याचा प्रयत्न करत होते. बराच वेळ खटपट करूनही त्यांना बिघाडाचं नेमकं कारण सापडत नव्हतं. इतका वेळ एका जागी बसून त्यांची खटपट पाहणाऱ्या एडिसनला शेवटी गप्प बसवेना. तो त्यांना म्हणाला, ''यात काही विशेष बिघाड झालाय असं मला वाटत नाही.'''

''काय?'' डॉ. लॉजनी जरा आश्चर्याने विचारलं.

''मला वाटतं, मी ते दुरुस्त करू शकतो.'' एडिसन म्हणाला.

''कर प्रयत्न मग!'' डॉक्टर लॉजनी आव्हान दिलं.

एडिसन त्या यंत्रापाशी गेला आणि त्याच्या चाकांमध्ये अडकलेली एक स्प्रिंग त्याने बाहेर काढली. ती काढताक्षणी यंत्र सुरू झालं. डॉ. लॉज एडिसनवर प्रचंड खूश झाले. त्यांच्याकडे नोकरी नव्हती, तरीही त्यांनी एडिसनला कामावर घेतलं. एडिसनच्या कर्जाबाबत कळल्यावर त्यांनी त्याला कंपनीच्या तळघरात राहायची परवानगी दिली. एडिसनला सुरुवातीला तिथे काही खास काम नव्हतं, पण त्याचं टेलिग्राफीचं कौशल्य थोड्याच दिवसांत सगळ्यांच्या लक्षात आलं. मग एडिसनला महिन्याभरातच बढती मिळाली. तो अधीक्षक झाला. त्या वेळी त्याला ३०० डॉलर्स इतका पगार होता. १८६९ साली पगाराचा हा आकडा म्हणजे त्या काळाच्या मानाने मोठी रक्कम होती. कंपनीचे मुख्य इंजिनिअर फ्रँकलिन पोप एडिसनच्या कौशल्यामुळे फारच प्रभावित झाले होते. नोकरी सोडून स्वतःचा व्यवसाय सुरू करायचे विचार त्यांच्या डोक्यात घोळत होते. त्यांनी एडिसनची संशोधक वृत्ती हेरली होती. नंतर काही महिन्यांतच त्यांनी आणि एडिसनने राजीनामा दिला आणि स्वतःचा व्यवसाय सुरू केला. दोघांनी 'इलेक्ट्रिकल इंजिनिअरिंग' नावाची कंपनी सुरू केली.

फ्रँकलीन आणि एडिसन दोघंही टेलिग्राफची देखभाल, त्याची दुरुस्ती वगैरेचं काम करून द्यायचे. त्यांना बऱ्यापैकी काम मिळत होतं. न्यू यॉर्कमध्ये आल्याआल्या एडिसन ज्या कंपनीत तात्पुरतं काम करत होता, त्या कंपनीनेही स्वतःचं काम एडिसनकडेच दिलं होतं. 'गोल्ड ॲन्ड स्टॉक रिपोर्टिंग टेलिग्राफ' असं या कंपनीचं नाव होतं. ही कंपनी लोकांना शेअर्स आणि सोन्याचे सतत बदलणारे भाव कळवायची. त्यामुळे त्यांनी दिलेल्या

माहितीच्या आधारे लोकांना शेअर्सची खरेदीविक्री करता यायची. सुरुवातीला कंपनीची माणसं शेअर बाजारात जाऊन हे भाव कळवायची किंवा ते भाव पोस्टाने पाठवले जायचे. कंपनीत काम करणाऱ्या एडवर्ड कल्हन नावाच्या संशोधकाने हे काम जलद होण्याच्या विचारातून स्टॉक टिकर नावाचं यंत्र तयार केलं. शेअर्सचे बदललेले भाव या यंत्रामुळे लोकांना लगेच कळायचे. इंग्रजीतली ३२ मुळाक्षरं आणि आकडे असलेलं चाक स्टॉक टिकरला बसवलेलं होतं. ते चाक गोलाकार फिरायचं आणि माहिती छापली जायची. हे संशोधन खूप लोकप्रिय झालं होतं. बहुतेक कंपन्या ते वर्षभरातच वापरायला लागल्या होत्या.

पण असं असलं, तरी या यंत्रात अजून बरीच सुधारणा होणं गरजेचं होतं. एका टेलिग्राफ लाइनवरचे सगळे स्टॉक टिकर प्रिन्टरला जोडलेले असायचे, मात्र त्यांच्यात एकवाक्यता राहत नव्हती. म्हणजे संदेश पाठवणाऱ्या मुख्य यंत्राने पाठवलेली अक्षरं किंवा शब्दांची छपाई करण्यात एखाद्या ठिकाणचा स्टॉक टिकर मागे पडायचा. मग जिथे कुठे छपाई सुरळीत सुरू असायची, तिथे शेअर बाजारातल्या कर्मचाऱ्याला पिटाळून तो शब्द तपासावा लागायचा आणि मागे पडलेलं छपाईकाम त्यानंतर सुरळीत केलं जायचं. त्यामुळे छोट्याशा कामासाठी खूप मोठा उपद्व्याप करायला लागायचा. यात सुधारणा करण्याचं काम गोल्ड ॲन्ड स्टॉक कंपनीने एडिसनवर सोपवलं. मुळात टेलिग्राफमध्येच एडिसनला खूप रस असल्याने त्याला हे काम फारच आवडलं. त्याने रात्रंदिवस मेहनत करून या यंत्रात अतिशय महत्त्वाचा बदल घडवून आणला. एडिसनने विकसित केलेल्या तंत्रामुळे प्रिन्टिंग लाइनवरच्या सर्व स्टॉक टिकर्सद्वारे होणाऱ्या छपाईचं काम एका

लयीत व्हायला लागलं; प्रत्येक यंत्र समान माहिती छापत होतं. या तंत्राचं नाव होतं, 'स्क्रू-थ्रेड-युनिसन'. एडिसनने केलेल्या या बदलामुळे स्टॉक टिकर क्षेत्रात क्रांती घडून आली. शेअर्सचे भाव कळण्यात होणारा उशीर पूर्णपणे थांबला. यामुळे ग्राहकांची आणि कंपनीची खूप मोठी सोय होणार होती.

नव्या बदलांसह तयार केलेलं यंत्र घेऊन एडिसन गोल्ड अ‍ॅन्ड स्टॉक टेलिग्राफ कंपनीच्या अध्यक्षांकडे, जनरल लेफ्टर्सकडे गेला. त्यांना एडिसनने हे यंत्र चालवून दाखवलं. ते यंत्र टेलिग्राफी क्षेत्रात क्रांती घडवून आणणार असल्याचं लेफ्टर्सच्या सराईत नजरेने लगेच टिपलं; आणि या यंत्राचं पेटन्ट तब्बल चाळीस हजार डॉलर्सला एडिसनकडून विकत मागितलं. एडिसनला पैशांची गरज असल्यामुळे तोही पेटन्ट विकायला लगेच तयार झाला.

आयुष्यात पहिल्यांदाच मिळालेल्या एवढ्या मोठ्या रकमेने एडिसनला जणू मुक्त केलं. त्या पैशांनी त्याची गरिबी, उपासमार, त्याचं कर्ज असं सगळं-सगळं संपणार होतं, पण त्याहूनही महत्त्वाचं म्हणजे स्वतःची प्रयोगशाळा उभारण्याचं स्वप्न त्याला पूर्ण करता येणार होतं. त्याने जराही वेळ न दवडता न्यू जर्सीतल्या नेवार्क इथे वर्कशॉप खरेदी केलं. एडिसनने तयार केलेलं स्टॉक टिकर मोठ्या प्रमाणात बनवण्याचं काम जनरल लेफ्टर्सने त्याला दिलंच होतं. या वर्कशॉपमध्ये एडिसनने सर्वांत आधी तेच काम सुरू केलं. त्यासाठी ५० लोकही नेमले. काम धडाक्यात सुरू झालं. एडिसनला आता कशाचीही उणीव वाटत नव्हती. 'आता सगळं काही सुरळीत होईल.' असंच त्याला वाटत होतं. संशोधनाच्या दिशेने त्याचा प्रवास अखेर सुरू झाल्याने तो सुखावला होता; पण हे वाटणं फार दिवस टिकलं नाही.

९ एप्रिल १८७१ या दिवशी एडिसनची आई, नॅन्सी देवाघरी गेली. एडिसन दुःखात बुडून गेला. त्याच्यावर नॅन्सीइतकं प्रेम कदाचितच कुणी केलं होतं. लहान असताना अभ्यासात नीट लक्ष न दिल्याने शाळेत हिणवल्या गेलेल्या ॲलच्या मनात स्वतःबद्दल दुर्दम्य विश्वास निर्माण करण्याचं काम नॅन्सीनेच केलं होतं. त्याच्या क्षमतांवर विश्वास ठेवणारी ती पहिली व्यक्ती होती. अनुभव आणि पुस्तकं यांच्यातून स्वतःचं स्वतः शिक्षण घेण्याची नॅन्सीने लावलेली महत्त्वाची सवय एडिसनने आयुष्यभर केलेल्या संशोधनाचा पाया होती. एडिसनने तिच्याबद्दल काढलेले उद्गार खूप प्रसिद्ध आहेत - 'माझ्या आईने मला घडवलं. तिच्यात खूप सच्चेपणा होता. तिचा माझ्यावर गाढ विश्वास होता आणि तीच माझ्या जगण्याचा उद्देश होती. तिला पाहून एकच वाटायचं, काहीही झालं तरी हिला कधीच निराश करता कामा नये.'

डॉट आणि डॅश

नॅन्सीच्या जाण्याचं दुःख विसरण्यासाठी एडिसनने स्वतःला कामात आणखी गुंतवून घेतलं. तो रात्रंदिवस नेवार्कमधल्या प्रयोगशाळेतच असायचा. पुढचे काही महिने असंच सुरू होतं आणि दरम्यान त्याच्या आयुष्यात एक वेगळं वळण आलं. त्याच्या वर्कशॉपमध्ये काम करणाऱ्या मेरी स्टीलवेलने त्याचं लक्ष वेधून घेतलं. एरवी मुलींशी बोलण्याच्या बाबतीत अतिशय लाजाळू असलेल्या एडिसनला मेरी खूप आवडली होती. फक्त काही दिवसांच्या ओळखीच्या जोरावर त्याने तिला थेट लग्नाची मागणी घातली आणि १८७१च्या नाताळात दोघांनी लग्नही केलं. त्या वेळी मेरी फक्त १६ वर्षांची होती. लग्नामुळे एडिसनच्या आयुष्यात नवं पर्व सुरू झालं; तरी त्याच्या स्वभावात अजिबात बदल झाला नव्हता. तो नेहमीप्रमाणे प्रयोगशाळेतच जास्त वेळ असायचा आणि मेरी मात्र घरी एकटीच त्याची वाट पाहत राहायची. कधीतरी एकत्र फिरायला गेल्यावर एडिसनला एखादी

संकल्पना सुचली, तर तो त्यांचं फिरणं आवरतं घ्यायचा आणि तडक प्रयोगशाळेत जायचा. त्या वेळी एडिसन मल्टिपल टेलिग्राफीच्या म्हणजेच एकाच वेळी अनेक ठिकाणी संदेश पाठवता येण्यासाठीच्या संशोधनाने झपाटला होता.

दरम्यान, मेरीने त्यांच्या पहिल्या मुलीला जन्म दिला. तिचं नाव ठेवलं मेरियन, पण टेलिग्राफीसाठी वापरल्या जाणाऱ्या मॉर्स कोडवरून एडिसन तिला 'डॉट' या नावाने हाक मारायचा. इथवर एडिसनच्या नेवार्कच्या प्रयोगशाळेचा चांगला जम बसला होता; पण त्याच्या डोक्यात वेगळेच विचार सुरू होते. त्याला आणखी मोठी, सुसज्ज, जास्त शांतता असलेली प्रयोगशाळा हवी होती. या प्रयोगशाळेसाठी त्याने मेन्लो पार्क या ठिकाणाची निवड केली. हे ठिकाण काहीसं ग्रामीण भागात, पण तरीही न्यू यॉर्कसारख्या मोठ्या शहरापासून फक्त २५ मैलांवर होतं. तिथे एडिसनला प्रयोगशाळेसाठी भरपूर जागा, शांतपणा असं सगळंच मिळालं असतं. बघता-बघता मेन्लो पार्कमध्ये प्रयोगशाळेची दोनमजली भव्य इमारत उभी राहिली. बाहेरून धान्याच्या कोठारासारखी दिसणारी ही इमारत आतून मात्र अतिशय सुसज्ज होती. त्या काळी इतकी आधुनिक, अद्ययावत प्रयोगशाळा कुणी पाहिलेलीसुद्धा नव्हती. एडिसन या प्रयोगशाळेला 'इन्व्हेन्शन फॅक्टरी' म्हणायचा. संशोधनासाठी आणि विकासासाठी वेगळा विभाग असावा आणि तो कसा असावा याचा परिपाठ एडिसनने या प्रयोगशाळेच्या बांधकामातून घालून दिला. प्रयोगशाळेची रचना करताना वातावरण जास्तीतजास्त मोकळं राहील, यावर त्याने भर दिला. बंदिस्त ठिकाणांपेक्षा अशा ठिकाणी सर्जनशीलतेला चांगला वाव मिळतो, असं त्याचं मत होतं. या

प्रयोगशाळेची रचनाच अशी होती की, कुणीही कुठूनही दुसऱ्याला बघू शकायचं, त्याच्याशी बोलू शकायचं. कुणासाठीही स्वतंत्र टेबल्स वगैरे नव्हती. तिथे काम करणाऱ्यांसाठी फक्त एकच नियम होता- भरपूर तास काम करणं! त्या काळी बहुतेक संशोधक एकट्यानेच काम करायचे; पण याही बाबतीत एडिसन इतरांपेक्षा वेगळा होता. त्याने प्रयोगशाळेत साहाय्यक म्हणून वेगवेगळी माणसं नेमली. ही माणसं तो स्वतः निवडायचा. तो प्रत्येकाची चक्क लेखी-तोंडी परीक्षा घ्यायचा आणि त्यातून त्यांचं कौशल्य पाहून मगच निवड करायचा. त्यामुळे वेगवेगळी कौशल्यं असलेल्या कुशल संशोधकांचा एक चांगला गट त्याच्याकडे तयार झाला. तिथला प्रत्येक जण स्वतःच्या दृष्टीकोनातून एखाद्या समस्येकडे किंवा संशोधनाकडे पाहायचा. त्यामुळे इतरांना प्रेरणा, नवी दिशा मिळायची. म्हणूनच या गटाला अवघ्या सहा वर्षांत ४०० पेटन्ट्स मिळवणं शक्य झालं. अशा रितीने संपूर्ण गटाने मिळून संशोधन करण्याची सुरुवात एक प्रकारे एडिसननेच केली.

अपयशाला कंटाळून लोक आपल्या ध्येयाचा पाठपुरावा करणं सोडून देतात, तेव्हा ते यशाच्या किती जवळ असतात, याची त्यांना कल्पनाही नसते.

मेन्लो पार्कमध्ये प्रयोगशाळेजवळच एडिसनने स्वतःचं घर बांधलं. मेन्लो पार्कला येण्याआधी मेरीने आणखी एका मुलाला नुकताच जन्म दिला होता. त्याचं नाव ठेवलं थॉमस अल्वा एडिसन ज्युनिअर. याही वेळी एडिसनने त्याला मॉर्स कोडवरून टोपणनाव दिलं - डॅश. अशा प्रकारे एडिसनच्या घरात डॉटची आणि डॅशची जोडी तयार झाली.

मेन्लो पार्कला आल्यापासून एडिसन नव्या संशोधनात गुंतला होता. १८७६मध्ये ग्रॅहम बेल या संशोधकाने ध्वनी वाहून नेणाऱ्या इलेक्ट्रिक वायर्सचं एक यंत्र तयार केलं होतं, पण त्यात आवाजाच्या देवघेवीच्या पातळीवर बऱ्याच सुधारणा होणं आवश्यक होतं. वेस्टर्न युनिअन कंपनीने एडिसनला या मशीनमध्ये सुधारणा करण्याचं काम दिलं. टेलिग्राफ हाताळण्यातून मिळालेला अनुभव इथे एडिसनला उपयोगी पडला. या मशीनमध्ये सुधारणा करताना एडिसनने त्यात कार्बन बटन बसवलं. त्यामुळे यंत्रामधून जाणारा विद्युतप्रवाह बोलणाऱ्याच्या आवाजानुसार कमीजास्त व्हायला लागला आणि ऐकणाऱ्याला बोलणाऱ्याचे शब्द सिग्नल न तुटता एकसलग ऐकता यायला लागले. न्यू यॉर्क ते फिलाडेल्फिया अशा एकमेकांपासून लांब असलेल्या दोन शहरांदरम्यान कार्बन बटनचा प्रयोग करून ध्वनी वाहून नेणाऱ्या यंत्राची चाचणी घेण्यात आली आणि ती यशस्वी ठरली! दोन शहरांमध्ये बसलेल्या दोघा जणांना या यंत्राच्या मदतीने यशस्वीपणे बोलता आलं. हे यंत्र म्हणजेच टेलिफोन. ग्रॅहम बेलचं संशोधन एडिसनच्या कार्बन बटनमुळे प्रत्यक्षात वापरण्याजोगं झालं. बेल आणि एडिसन या दोघांचंही तितकंच महत्त्वाचं योगदान असलेल्या या टेलिफोनचं पेटन्ट नेमकं कुणाचं, यावरून बरेच वाद झाले. दोघांना संशोधनासाठी साहाय्य करणाऱ्या कंपन्या कोर्टात गेल्या, मात्र एडिसनच्या योगदानाला त्याचं श्रेय देण्यात आलं. कार्बन बटनमुळेच हे यंत्र वापरण्याजोगं झालं असल्याचं शिक्कामोर्तब कोर्टानेही केलं. त्यामुळे आज सगळं जग ग्रॅहम बेलला टेलिफोनचा जनक म्हणून ओळखत असलं, तरी त्या टेलिफोनच्या अस्तित्वाचं महत्त्वाचं श्रेय एडिसनचं आहे.

अपयशांमधून मिळणाऱ्या शिकवणीवर एडिसनचा गाढ विश्वास होता. कोणताही प्रयत्न अपयशी झाला, तरी त्यातून पुढच्या प्रयत्नासाठी काहीतरी धडा मिळतोच, असं त्याचं ठाम मत होतं. त्यामुळे पूर्वी केलेल्या चुका सुधारत स्वतःच्या संशोधनामध्ये, यंत्रांमध्ये तो सुधारणा करत राहायचा आणि एक दिवस त्याला यश यायचं. एडिसन स्वतः एका कानाने जवळपास बहिरा असला, तरी आवाजाशी त्याचं जवळचं नातं होतं. आवाजाच्या प्रत्येक पैलूचे बारकावे त्याच्या सहज लक्षात यायचे. समुद्रकिनाऱ्यावर येणारी लाट कितीही हळुवार असली, तरी तिच्यातून निर्माण होणाऱ्या ध्वनिलहरी रेतीवर नक्षीदार ठसा उमटवत असल्याचं त्याने पाहिलं होतं. हाच प्रयोग त्याने वेगळ्या पद्धतीने करून पाहिला. त्याने काचेच्या एका गुळगुळीत ताटलीत रेती घेतली. ती पातळ कागदाने झाकली आणि पियानोतून निर्माण होणाऱ्या संगीताने तयार होणाऱ्या कंपनांशी त्या रेतीचा अगदी जवळून संपर्क येईल, अशी ती ठेवली. त्या वेळी त्या कंपनांमुळे वाळूत विशिष्ट प्रकारची नक्षी तयार होत गेली. ध्वनिलहरी म्हणजेच कंपनं आणि एक पातळ कागद यांच्या अशा वापरातून भविष्यात एडिसनच्या आयुष्यातलं पहिलं, सर्वांत महत्त्वाचं आणि लोकप्रिय यंत्र तयार होणार असल्याची कल्पनाही त्या वेळी त्याला नव्हती.

विझार्ड ऑफ मेन्लो पार्क

"या यंत्रात आवाज रेकॉर्ड होणार आणि परत तोच आवाज ऐकता येणार? हे कसं शक्य आहे?" एडिसनच्या सहकाऱ्याला, जॉनला जरा हसूच आलं. एडिसन वेगळा विचार करणारा माणूस असल्याचं जॉनला माहीत होतं, पण आवाज रेकॉर्ड करणारं आणि तो परत ऐकवणारं मशीन तयार करणं ही त्याला जवळजवळ अशक्य कोटीतली गोष्ट वाटत होती. आवाज 'ऐकवणाऱ्या' त्या मशीनभोवती जॉनसोबत फॅक्टरीतले सगळे जण गोळा झाले होते.

टेलिग्राफीची आवड, त्यातलं सखोल ज्ञान आणि नंतर टेलिफोन सुधारण्यासाठी बदल करताना एडिसनच्या डोक्यात एक नवी कल्पना आकार घेत होती. त्याला टेलिफोनसाठी संदेश रेकॉर्ड करणारं यंत्र तयार करायचं होतं; पण नंतर त्याने कोणताही आवाज रेकॉर्ड करेल असं यंत्र तयार करायचं ठरवलं. हे यंत्र नेमकं कसं दिसलं असतं, हे त्याच्या डोक्यात नीटसं तयार होत नव्हतं. प्रत्यक्ष यंत्र तयार करण्याआधी तो त्या यंत्राच्या कच्च्या

आकृत्या बनवायचा आणि त्या आकृत्यांनुसार यंत्र तयार करण्याचं काम त्याने फॅक्टरीमधल्या एका गटावर सोपवलं होतं. जॉन त्यातलाच एक होता.

एडिसनने जॉनला वर्तुळाकार रेषा असलेली एक फिरती तबकडी आणि वाळूच्या प्रयोगावरून सुचलेली पेनाच्या आकारासारखी दांडी म्हणजेच स्टायलस, पेपर डिस्क असं वेगवेगळं साहित्य वापरून बरेच प्रयोग करायला लावले, पण तरीही त्याला काहीतरी उणीव जाणवत होती. टेलिफोनमध्ये सुधारणा करताना बारीक छिद्र असलेला पातळ, लवचीक पडदा (डायफ्रॅम) एडिसनच्या ओळखीचा झाला होता. एडिसनने या यंत्रासाठी त्या पडद्याचा वापर करायचं ठरवलं. नंतर तबकडीऐवजी वर्तुळाकार रेषा असलेला छोटा सिलेंडर तयार करून एडिसनने तो सिलेंडर या यंत्राला जोडला. त्यावर एक टिनफॉइलचा म्हणजेच ॲल्युमिनिअमचा अगदी पातळ कागद बसवला. पातळ, लवचीक, सच्छिद्र पडद्याच्या हालचालींमधून होणारा आवाज या कागदामुळे सहज रेकॉर्ड करता आला असता, असा एडिसनचा अंदाज होता. अर्थात, हे सगळं कच्च्या आकृत्यांच्या रूपाने कागदावरच सुरू होतं आणि जॉनला त्यावरून यंत्र बनवायचं

होतं. एडिसनच्या सूचनांवरून आणि कच्च्या आकृतीवरून जॉनने यंत्र बनवलं खरं, पण या यंत्राचा नेमका उपयोग त्याला कळत नव्हता. मात्र ते यंत्र आवाज रेकॉर्ड करण्यासाठी आणि रेकॉर्ड केलेला आवाज ऐकवण्यासाठी असल्याचं सांगितल्यावर जॉनबरोबर फॅक्टरीतले सगळे सहकारी उत्सुकतेपोटी यंत्राभोवती गोळा झाले होते. एडिसनने यंत्र सुरू केलं आणि फॅक्टरीत शांतता पसरली. एडिसनने धडधडत्या हृदयाने एक बालगीत म्हणायला सुरुवात केली, ''मेरी हॅड अ लिटल लॅम्ब, लिटल लॅम्ब, इट्स फ्लीस वॉज व्हाइट अॅज स्नो ...'' इतकं म्हणून झाल्यावर त्याने लगेच दुसरा एक खटका दाबला आणि त्या यंत्रातून एडिसनचा आवाज ऐकू यायला लागला! सगळे क्षणभर स्तब्ध झाले. एडिसनची कल्पना अगदी जशीच्या तशी वास्तवात उतरली होती. ते यंत्र अगदी चोख तयार झालं होतं. या यंत्राला एडिसनने नाव दिलं ... फोनोग्राफ.

आता हे यंत्र त्याला लोकांपर्यंत पोहोचवायचं होतं. त्यामुळे दुसऱ्याच दिवशी सकाळी तो फोनोग्राफ घेऊन एडिसन न्यू यॉर्कला 'सायन्टिफिक अमेरिकन' नावाच्या वर्तमानपत्राच्या कार्यालयात गेला. तिथे जाऊन त्याने थेट मुख्य संपादक श्री. बीच यांची केबिन गाठली. एडिसनने फोनोग्राफ टेबलवर ठेवला आणि गायला सुरुवात केली, ''मेरी हॅड अ लिटल लॅम्ब ...'' बीच एडिसनला काही विचारणार, इतक्यात एडिसनने फोनोग्राफचा दुसरा खटका दाबला आणि त्यातून एडिसनच्या आवाजातलं ते बालगीत ऐकू यायला लागलं. बीच यांना क्षणभर काही सुचेना. ते आश्चर्याने थक्क झाले. त्या फोनोग्राफची किमया पाहण्यासाठी बीच यांच्या कार्यालयातले सगळे कर्मचारी हळूहळू गोळा व्हायला लागले.

शेवटी बीचच्या टेबलापाशी इतकी गर्दी झाली की, तो मजलाच कोसळण्याची भीती त्यांना वाटायला लागली. मग त्यांनी सगळ्यांना कसंबसं परत आपापल्या जागेवर पाठवलं. गर्दी पांगली, तरी अर्थात फोनोग्राफची चर्चा थांबलेली नव्हती.

दुसऱ्या दिवशी वर्तमानपत्रात रकानेच्या रकाने भरून फोनोग्राफची माहिती आणि त्याचं कौतुक यांबद्दलच्या बातम्या छापून आल्या. प्रत्येकालाच या यंत्राबद्दल जाणून घ्यायचं होतं. एडिसन याबद्दल लिहितो, 'यंत्र कसं काम करतं, हे मी कितीतरी जणांना समजावून सांगण्याचा प्रयत्न केला. खरं तर ते यंत्र अगदी साधं होतं, पण लोकांच्या दृष्टीने त्याची किमया इतकी अद्भुत होती की, हे यंत्र कसं चालतं, हे त्यांना जणू समजणारच नाही असा त्यांनी समज करून घेतला होता!'

एडिसनने आणखी चांगले फोनोग्राफ्स तातडीने बनवायला घेतले. त्याच्या फोनोग्राफची कीर्ती सगळीकडे वेगाने पसरत होती. लोक त्याचा फोनोग्राफ पाहायला अगदी दुरून-दुरून मेन्लो पार्कमध्ये येत होते. शेवटी त्याने प्रेक्षकांसाठी फोनोग्राफचं एक कायमस्वरूपी प्रदर्शन भरवलं. तिथे फोनोग्राफचं प्रात्यक्षिक दाखवलं जायचं. पेन्सिलव्हेनिया शहरातून तर मेन्लो पार्कला जाण्यासाठी खास रेल्वे सोडल्या जात होत्या. एडिसनच्या फोनोग्राफने संपूर्ण अमेरिकेला झपाटलं होतं. गंमत म्हणजे फोनोग्राफ कशासाठी वापरायचा याहीपेक्षा त्याचं प्रात्यक्षिक पाहण्यातच लोकांना जास्त रस होता.

फोनोग्राफ हे एडिसनचं सर्वांत आवडतं संशोधन होतं. संशोधक एखादं यंत्र तयार करताना बऱ्याचदा दुसऱ्या कशावरूनतरी प्रेरणा घेत-घेत आणि आहे त्या यंत्रात बदल करत

नवा शोध लावतो. फोनोग्राफचं तसं नव्हतं. हे संशोधन अगदी अस्सल होतं. फोनोग्राफने एडिसनला प्रचंड प्रसिद्धी मिळवून दिली. वर्तमानपत्रांनी फोनोग्राफची अद्भुतता लक्षात घेत एडिसनला नवं नाव दिलं, विझार्ड ऑफ मेन्लो पार्क!

क्रांतिकारी शोधाच्या दिशेने

एडिसनचा फोनोग्राफ खूप लोकप्रिय झाला, पण त्या तुलनेत त्याचा व्यवसाय फारसा चालला नाही. फोनोग्राफचं प्रात्यक्षिक बघण्यात लोकांना रस होता, पण तो विकत घेण्यासाठी ते उत्सुक नव्हते. त्यामुळे देशातल्या जवळपास सगळ्या लोकांनी फोनोग्राफची गंमत पुरेपूर अनुभवल्यानंतर त्याची लोकप्रियता ओसरायला लागली. त्यामुळे फोनोग्राफचा एकंदरीत व्यवसाय एडिसनसाठी फायद्याचा ठरत नव्हता आणि त्यालाही व्यवसायापेक्षा संशोधनातच जास्त रस होता; पण म्हणून फोनोग्राफ काळाच्या ओघात मागे पडला नाही. उलट काही वर्षांनी हे संशोधन लोकप्रिय आणि जास्त यशस्वी ठरलं. आजही अस्तित्वात असलेल्या प्रत्येक ध्वनियंत्रणेचं मूळ एडिसनच्या फोनोग्राफमध्येच आहे.

१८७०पासूनचा हा कालखंड एडिसनसाठी खूप उलथापालथ घडवणारा ठरला. या दशकात त्याने बरेच महत्त्वाचे

शोध लावले. तो काळ एकंदरीतच वेगवेगळ्या शोधांचा होता आणि त्यामुळे संशोधकांमध्येही खूप तीव्र स्पर्धा होती. संशोधनाइतकीच त्याची प्रत्येक पायरीसुद्धा श्रेय घेण्याच्या दृष्टीने किंवा व्यवसाय करता यावा म्हणून महत्त्वाची होती. शोध लावण्याइतकंच त्या शोधाचं पेटन्ट घेणंही फार आवश्यक झालं होतं. एडिसनही फक्त तीन ते चार तास झोप घेऊन बाकीचा सगळा वेळ संशोधनासाठी देत होता. स्वतःचा वेळ वाचावा, म्हणून पेटन्ट प्रक्रिया पूर्ण करण्यासाठी त्याने वकिलाची मदत घ्यायचं ठरवलं. एडिसनने स्वतःची ५७ पेटन्ट्स दाखल करण्यासाठी एका वकिलाला आवश्यक ती सगळी कागदपत्रं दिली. या कागदपत्रांमध्ये एडिसनच्या संशोधनांची सगळी माहिती होती. कागदपत्रं वकिलाकडे सुपुर्द केल्यानंतर एडिसन नेहमीप्रमाणे स्वतःच्या कामात बुडून गेला; पण पेटन्ट्स मिळाल्याची पोचपावती त्याच्याकडे आली नसल्याचं काही काळाने त्याच्या लक्षात आलं. वकिलाचाही पत्ता नव्हता. अखेर त्याला फसवलं गेल्याचं थोड्या दिवसांनी त्याच्या लक्षात आलं. त्या वकिलाने एडिसनची सगळी कागदपत्रं एडिसनच्या स्पर्धकांना विकली होती. संशोधनं, पेटन्ट्स, त्यांच्यातून होऊ शकणारा आर्थिक फायदा असं सगळंच एडिसनच्या हातून गेलं होतं. या गोष्टीचा त्याला मोठा धक्का बसला; पण तो शांत राहिला. त्याने त्या वकिलाविरोधात काहीही करणं टाळलं. लक्षात घेण्यासारखी गोष्ट म्हणजे एडिसनने त्या वकिलाचं नावही कधीच जाहीर केलं नाही. या घटनेला बरीच वर्ष झाल्यानंतर 'आतातरी त्या वकिलाचं नाव जाहीर करायला हरकत नाही.' असा आग्रह एडिसनच्या सहकाऱ्यांनी त्याला केला; पण एडिसन बधला नाही. ''नाव जाहीर केलं, तर त्याच्या

कुटुंबाला त्रास होईल.'' असं म्हणत एडिसनने सगळ्यांच्या आग्रहाला परत एकदा ठाम नकार दिला. या प्रसंगातून धडा घेत एडिसनने नवं धोरण अवलंबलं. एडिसनच्या त्यानंतरच्या प्रत्येक संशोधनाची प्रत्येक पायरी जाणून घेण्याचा सर्वाधिकार त्याने वर्तमानपत्रांना देऊन टाकला. हा निर्णय तेव्हाच्या काळाशी पूर्णपणे विसंगत होता. नवीन शोध लावण्यासाठी तीव्र चढाओढ असलेल्या त्या काळात स्वतःचे शोध अशा प्रकारे जाहीर करणं धोक्याचं होतं. त्यांच्यातून इतरांना संशोधनाच्या दिशेने काही नवे संकेत मिळण्याची शक्यता होती; पण किमान स्वतः केलेल्या कामाचं श्रेय स्वतःलाच मिळावं, या हेतूने एडिसनने ते पाऊल उचललं असावं.

पेटन्ट्सची फसवणूक, फोनोग्राफची प्रदर्शनं, त्याचा डळमळीत व्यवसाय या सगळ्याने एडिसन थकून गेला होता. त्याला सुट्टी घ्यावीशी वाटत होती. लहानपणी ग्रॅन्ड रेल्वे ट्रॅकवर नोकरी करायला लागल्यापासून त्याने कामातून सुट्टी अशी कधीच घेतली नव्हती. म्हणून कधी नव्हे ते दोन महिन्यांची सुट्टी घेऊन त्याने वायोमिंग शहरात सूर्यग्रहण पाहायला जायचं ठरवलं. एडिसन सुट्टीवर चालला होता खरा, पण तिथेही संशोधन त्याची पाठ सोडणार नव्हतं. किंबहुना ही सुट्टीच त्याला जगातल्या सर्वांत क्रांतिकारी शोधांपैकी एका शोधासाठी प्रेरणा देणार होती.

कधी ट्यूब पेटेल?

लहान असताना एडिसनला रात्र झालेली आवडत नसे. अंधार पडला की नॅन्सी त्याला घरात एका जागी बसवून ठेवायची. त्याने त्यातही काहीतरी उद्योग सुरू केला असता; पण सगळीकडे मिट्ट काळोख आणि घरात तेलाचा एखादाच मिणमिणता दिवा असताना त्या प्रकाशात काही करणं त्याच्यासारख्या खोडकर मुलालाही अवघड होतं. संशोधक झाल्यावरही एडिसनचा अंधाराबद्दलचा वैताग कमी झाला नव्हता. सूर्य मावळला की सगळं काम बंद ठेवणं, दहा तास झोपणं म्हणजे वेळ वाया घालवणं असल्याचं एडिसनचं ठाम मत होतं; पण कमी उजेडात संशोधनाचं काम करणंही तितकंच अवघड होतं. एकटा एडिसनच अंधाराला त्रासलेला नव्हता. खरं तर सगळी अमेरिकाच 'अंधार दूर कसा करता येईल?' याच्या शोधात होती.

एकोणिसावं शतक सुरू होण्याआधी रात्री प्रकाश मिळवण्याचा एकमेव मार्ग गॅसच्या दिव्यांचा होता. गॅसच्या

दिव्यांमुळे रात्रीच्या वेळी थोडंफार काम करणं शक्य झालं होतं. रस्त्यांवरही गॅसचे दिवे वापरले जायला लागल्यामुळे गुन्हेगारीचं प्रमाण थोडं कमी झालं होतं. एकोणिसाव्या शतकाच्या सुरुवातीला तेलाच्या दिव्यांचा आणि मेणबत्त्यांचा शोध लागला आणि बराच त्रास कमी झाला. मात्र तेलाचे दिवे सगळ्यांना परवडत नव्हते. शिवाय तेलाच्या दिव्यांचा किंवा मेणबत्त्यांचा वापर खूप जपून करावा लागायचा, कारण त्यांच्या ज्योतीमुळे आग लागण्याच्या बऱ्याच घटना घडायच्या. या काळात अमेरिकेत खूप वेगाने औद्योगिकीकरण होत होतं, नवे शोध लागत होते, क्रांतिकारी बदल घडत होते; पण मावळणाऱ्या सूर्याबरोबर सगळं ठप्प होत होतं.

म्हणूनच बहुतेक शास्त्रज्ञ, संशोधक एकोणिसाव्या शतकाच्या सुरुवातीपासूनच वीजनिर्मितीचे प्रयत्न करत होते. वर्ष १८०२ ते १८७८पर्यंत शेकडो शास्त्रज्ञांनी या प्रयत्नांमध्ये सुधारित बदल करत अखंड प्रकाशमान राहणारा विजेचा स्रोत बनवण्यासाठी अपार मेहनत घेतली होती. त्यांच्यातल्या अनेकांच्या प्रयत्नांना यशही मिळालं होतं, पण कोणताच स्रोत दीर्घ काळ टिकत नव्हता. हंफ्री डेव्ही या ब्रिटिश शास्त्रज्ञाने विजेवर चालणाऱ्या बॅटरीचा शोध लावला होता. या बॅटरीज कार्बनच्या तुकड्याशी जोडल्यानंतर कार्बन प्रकाशमान झाला होता. त्याचा प्रयोग यशस्वी झाला होता, पण वापरात येऊ शकला नव्हता. त्यानंतर बऱ्याच वर्षांनी संशोधक चार्ल्स फ्रान्सिस ब्रश यांनी अशाच प्रकारे कार्बनचा उपयोग करून अमेरिकेतल्या क्लीव्हलॅन्ड इथल्या ऑफिसच्या इमारती प्रकाशमान केल्या होत्या, इथली दुकानं प्रकाशमान केली होती. मात्र हा वापरही काही लोकांपर्यंतच मर्यादित राहिला होता.

शिवाय या पद्धतीने मिळणारा प्रकाश पिवळा असायचा आणि लोकांना पांढऱ्या, स्वच्छ प्रकाशाची गरज होती. प्रत्येकाच्या आवाक्यात असणारा, सहज वापरता येण्यासारखा आणि प्रकाशाचा अखंड पुरवठा देणारा स्रोत बनवण्यात कुणालाच यश मिळत नव्हतं.

सलग ७०-८० वर्षं सुरू असलेला अखंड प्रकाशस्रोताचा शोध एडिसनलाही खुणावत होता. टेलिग्राफीचे वेगवेगळे प्रकार, त्याची यंत्रं, विद्युत्लेखण्या असे शोध लावत असतानाच एडिसनने समांतरपणे अखंड प्रकाशमान दिव्याचा शोध घेण्याचं काम सुरू केलं. १८७७ साली एडिसन टेलिफोनच्या कामात बुडून गेला होता. टेलिफोनमध्ये सुधारणा करताना त्याने त्यातल्या संदेशवाहक यंत्रणेसाठी कार्बनचा वापर केला होता आणि ते यंत्र वापरण्याजोगं झालं होतं. प्रकाशमान होण्याचा कार्बनचा गुणधर्म त्याच वेळी एडिसनच्या लक्षात आला होता. म्हणून त्याने अखंड प्रकाशमान दिव्याच्या निर्मितीसाठी कार्बनचा वापर करायचा ठरवलं.

विजेचा दिवा तयार करण्यासाठी शतकाच्या सुरुवातीपासून

केल्या गेलेल्या सगळ्या प्रयत्नांची माहिती एडिसनला होती. ते सगळे प्रयत्न अव्यवहार्य आणि व्यावसायिकदृष्ट्या अयशस्वी असल्याचं त्याच्या लक्षात आलं होतं. मात्र विद्युत्प्रवाहाचं विभाजन केलं असतं, तर अखंड प्रकाशमान दिवा तयार करता येणं शक्य असल्याचं त्याचं ठाम मत होतं. विजेचा जितका प्रवाह मिळतो, त्यापेक्षा कमी प्रवाहाची गरज असेल, तर त्या प्रवाहाचं विभाजन केलं जातं. म्हणजेच या प्रवाहाला वाटा आखून देऊन आवश्यक तितका कमी प्रवाह मिळवला जातो. जेव्हा एडिसनने या गृहीतकावर आधारलेला दिवा तयार करायला घेतला, तेव्हा सगळ्या शास्त्रज्ञ-जगताने त्याला वेड्यात काढलं. एकाहून एक सरस शास्त्रज्ञ ७० वर्षांपासून विजेच्या दिव्याची निर्मिती करण्यात गुंतलेले असूनही त्यांना यश मिळत नव्हतं. अशा वेळी विद्युत्प्रवाहाचं विभाजन करून दिवा तयार करता येण्याची एडिसनने व्यक्त केलेली शक्यता हा सगळ्यांना मूर्खपणा वाटत होता; पण अविश्वासातून होणारी टीकाही एडिसन प्रचंड सकारात्मकतेने घ्यायचा. म्हणूनच या टीकेने त्याला आणखी प्रेरणा दिली. विद्युत्प्रवाहाच्या विभाजनातून विजेच्या दिव्याची निर्मिती शक्य झाली असती आणि ती व्यवहार्यही ठरली असती, हे त्याच्या लक्षात आलं होतं.

अखंड प्रकाशमानता मिळवण्यासाठी सुरुवातीच्या प्रयोगांमध्ये एडिसनने कार्बनची पट्टी खुल्या हवेत जाळली आणि पट्टी जळण्यासाठी किती प्रवाह लागत होता, याचा अंदाज घ्यायला सुरुवात केली. त्याने कार्बनच्या या पट्टीला आवश्यक वाहक आणि बॅटरी ही साधनं जोडली. कार्बन प्रकाशमान झाला, मात्र ऑक्सिजन मिळताक्षणी तो विझला. एडिसनला नेमका याचाच

जगाला काय हवं आहे, याचा मी आधी शोध घेतो आणि जे हवं असेल, त्याचा मी शोध लावतो.

अंदाज घ्यायचा होता. त्यानंतर त्याने हाताने फुगवल्या जाणाऱ्या एअरपंपमध्ये तशाच प्रकारे कार्बन प्रकाशमान करून पाहिला. या वेळी कार्बनची तीच पट्टी आठ मिनिटं जळाली. याचा अर्थ एडिसनचं गृहीतक बरोबर होतं. आता कार्बन फक्त जास्तीतजास्त वेळ कसा जळत राहिला असता, हे शोधायचं होतं. कार्बनच्या पट्टीला ऑक्सिजनचा पुरवठा होऊ नये, म्हणून एडिसनने बरेच प्रयोग करून पाहिले. उदाहरणार्थ, कार्बनच्या पट्टीला काचेची अगदी बारीक पूड लावली, जेणेकरून ती वितळल्यानंतर कार्बनचा संबंध वातावरणाशी येऊ नये. मात्र हा प्रयोगही यशस्वी झाला नाही.

एकाच वेळी समांतरपणे वेगवेगळे प्रयोग करण्याची सवय असल्यामुळे विजेच्या दिव्याच्या निर्मितीचे प्रयत्न सुरू असतानाच दुसरीकडे एडिसन फोनोग्राफच्या कामात गुंतला होता. काही महिन्यांनंतर, फोनोग्राफच्या झंझावातातून उसंत मिळाल्यावर एडिसन कधी नव्हे ते सुट्टीवर निघाला. वायोमिंग शहरात सूर्यग्रहण पाहण्यासाठी त्याच्याबरोबर पेन्सिल्व्हेनिया विद्यापीठातले भौतिक शास्त्राचे प्राध्यापक बार्कर, कोलंबिया महाविद्यालयातले रसायनशास्त्राचे प्राध्यापक डॉक्टर चँडलर आणि अॅन्सोनिया-कनेक्टीकट शहरात ब्रास धातूचं मोठ्या प्रमाणावर उत्पादन करणारे श्री. वॅलेस हेही जाणार होते. शिवाय सूर्यग्रहणाच्या निमित्ताने एडिसनला त्याच्या टॅसीमीटरची चाचणीही घ्यायची होती. लांबच्या अंतरावरून येणारी उष्णता मोजण्यासाठी त्याने हा

टॅसीमीटर बनवला होता. त्याच्यासोबत असलेले वॅलेसही प्रकाशाशी संबंधित प्रयोग करत होते. विशेष म्हणजे त्यांनीही एडिसनला विद्युतप्रवाहाचं विभाजन करण्याविषयी सुचवलं. वास्तविक, सातआठ महिन्यांपूर्वीपासून एडिसन या संकल्पनेवर काम करत होताच. वॅलेसच्या बोलण्यामुळे त्याच्या डोक्यात विजेच्या दिव्याच्या निर्मितीचा विषय नव्याने सुरू झाला.

प्रयत्नाकडून प्रकाशाकडे

एडिसनने विजेच्या दिव्यावर काम सुरू केलं, त्यादरम्यानच जोसेफ विल्सन स्वान नावाचा एक ब्रिटिश रसायनशास्त्रज्ञ आणि भौतिकशास्त्रज्ञ विजेच्या दिव्याच्या निर्मितीवर स्वतंत्रपणे काम करत होता. एडिसनप्रमाणे तोही दिव्यामध्ये कार्बनचा पातळ तंतू (फिलामेंट) वापरून प्रयोग करत होता. दिवा पेटवण्याच्या प्रयत्नात विजेच्या प्रवाहाने हा तंतू अतिउष्ण होऊन वितळून जाऊ नये म्हणून त्याने नियंत्रक यंत्रणा तयार केली होती. तंतू गरम होण्याइतपतच त्याला वीजपुरवठा होणं या यंत्रणेमुळे शक्य झालं होतं. त्यामुळे तंतू अतिउष्ण न होता प्रकाशमान झाला. स्वानची ही यंत्रणा यशस्वी झाली असली, तरी या यंत्रणेचं उत्पादन करणं, ती हाताळणं अतिशय किचकट होतं. शिवाय त्यामुळे दिवा प्रकाशमान होत असला, तरी तो काही मिनिटंच सुरू राहायचा. मग काही महिन्यांनंतर त्याने दिव्यात कार्बनच्या दांड्याचा (कार्बन रॉडचा) वापर करून पाहिला. हा दांडा विजेचा सुवाहक होता,

पण या दांड्याच्या वापराने दिव्यासाठी लागणारा विजेचा दाब कमी झाला आणि तंतू तापून प्रकाशमान होण्यासाठी जास्त विद्युत्प्रवाह लागायला लागला. तसंच या दांड्यामधून निघणाऱ्या वायूंची काजळी दिव्याच्या आतल्या भागावर जमून प्रकाश धूसर व्हायला लागला. स्वानने या सगळ्या कामाचं पेटन्ट घेतलं. तो सातत्याने त्याच्या दिव्यामध्ये सुधारणाही करत होता. मात्र तरीही त्याने तयार केलेल्या दिव्याचं सहजपणे उत्पादन करणं आणि तो वापरणं अवघडच होतं. वीजदिव्याच्या निर्मितीमध्ये एडिसन आणि स्वान यांच्यामध्ये अटीतटीची स्पर्धा होती.

एडिसन नेहमीच्या वेगाने कामाला लागला. त्याने सगळ्यांत आधी गॅस इंजिनिअरिंग सोसायटीजची माहिती गोळा केली. त्यावरून त्याने न्यू यॉर्कमध्ये गॅसवरचे दिवे चालवले जाताना गॅसचं विभाजन कसं केलं जातं आणि ते कसं अमलात आणलं जातं, याचा अभ्यास केला, प्रत्यक्ष पाहणी केली आणि विद्युत्प्रवाहाचं विभाजन करून वीजदिव्याची निर्मिती व्यावसायिक पातळीवर शक्य होती, यावर त्याचं मत परत एकदा ठाम झालं. आज आपण जो दिवा वापरतो, ते दिव्याचं सगळ्यांत आधुनिक रूप आहे. हा दिवा एडिसनच्या काळात आकार घ्यायला लागला होता. कार्बन जळाला की तो प्रकाशमान होतो, एवढ्या एकाच आधारावर एडिसनला विजेच्या दिव्याची निर्मिती करायची होती. यावर काम करण्यासाठी त्याने १४ लोकांचा खास गट तयार केला. त्यात गणिती आणि भौतिकशास्त्रज्ञ फ्रान्सिस अप्टन, मेकॅनिक चार्ल्स बॅचलर आणि मशिनिस्ट जॉन क्रुएसी यांचा समावेश होता. या सगळ्यांना मेन्लो पार्कमध्ये 'मकर्स' असं टोपणनाव पडलं. या नावामागची गोष्ट गंमतशीर आहे. एकदा हे

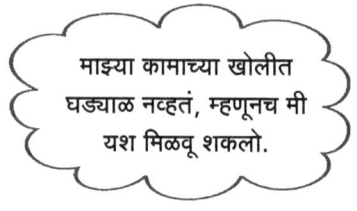

माझ्या कामाच्या खोलीत घड्याळ नव्हतं, म्हणूनच मी यश मिळवू शकलो.

सगळे शास्त्रज्ञ विशिष्ट प्रकारच्या विटा बनवण्यासाठी प्रयोग करत होते. वीट बनवण्यासाठी वापरल्या जाणाऱ्या घटकांना बांधून ठेवू शकेल, अशा वेगवेगळ्या साहित्याची ते त्या वेळी चाचणी घेत होते. अशा साहित्याला हे सगळे शास्त्रज्ञ 'मक' (घाण) म्हणायचे. त्यावरून अशा साहित्याच्या चाचण्या घेणाऱ्या स्वतःच्या सहकाऱ्यांना एडिसन 'मकर्स' म्हणायला लागला.

मकर्सनी कार्बन वापरून वेगवेगळे प्रयोग करायला सुरुवात केली. साध्या कार्बनपट्टीवर ते जसे प्रयोग करत होते, तसंच डांबराच्या आणि तेलाच्या दिव्याची काजळी लावलेल्या टिपकागदाची अगदी बारीक गुंडाळी करून, ती कार्बनित करून, म्हणजेच तिला कार्बनच्या भुकटीचं आवरण देऊन एका पोकळीत प्रकाशमान करण्याचा प्रयत्न करत त्यांनी शेकड्याने चाचण्या घेतल्या. त्यासाठी कठीण कार्बन, लाकडी कार्बन आणि कागदी कार्बन यांचे सगळे प्रकार वापरून पाहिले. मात्र साध्या कार्बनपासूनच सर्वोत्तम निष्कर्ष मिळत होता, पण त्याच्या वापराने प्रकाशमान झालेला दिवा १० ते १५ मिनिटांच्या वर टिकत नव्हता; आणि असा दिवा काहीच कामाचा नव्हता.

मग एडिसनने दिव्याच्या इतर भागांकडे लक्ष वळवलं. त्याने विद्युतप्रवाहाच्या विभाजनाचे बरेच प्रयोग करून पाहिले. विद्युत्‌दाब (व्होल्टेज) किती असायला हवा होता, तो दाब सहन करणारे वाहक, विद्युत्‌प्रवाह वाहून नेणाऱ्या वायर्सची क्षमता, त्यांची लांबी आणि मुख्य म्हणजे हे सगळं वापरून तयार झालेला

दिवा परवडण्यासाठी काय करणं गरजेचं होतं या दृष्टीने एडिसनचे प्रयोग सतत सुरू होते. विजेचा दिवा तयार करण्यासाठी 'कार्बन' हीच शेवटची आशा असल्याचं त्याचं मत या सततच्या प्रयोगांमधून आणखी ठाम होत होतं. कार्बनला तीव्र विद्युतदाबाची म्हणजेच न विभागलेल्या विद्युत्प्रवाहाची जोड द्यावी लागणार होती आणि त्यासाठी दिव्याचा बर्नर छोटा तसंच आटोपशीर असणं गरजेचं होतं. त्यामुळे साहजिकच दिव्याच्या चंबूला जास्त अवकाश मिळाला असता आणि त्याचा प्रकाश जास्तीतजास्त फाकायला मदत झाली असती. हे सगळं प्रत्यक्षात आणण्यासाठी कार्बनचा तंतू केसाइतका बारीक आणि पातळ करायला लागणार होता आणि त्याच्याभोवती असलेली हवेची पोकळीही अगदी मोजूनमापून राखायला लागणार होती. अर्थात, हे करणं एवढं सोपं नव्हतं. पुन्हा एवढं सगळं करून तयार झालेला विजेचा दिवा घाऊक प्रमाणात तयार करणं शक्य नव्हतं; आणि एडिसनला तेच नको होतं.

संशोधन सुरू होऊन काही महिने झाले होते आणि आता एडिसनचं डोकंही चालत नव्हतं. त्याला जणू एखाद्या बंदिस्त जागेत अडकल्यासारखं वाटत होतं. काय करायला हवं होतं हे त्याला कळत होतं, पण ते कसं करावं, हे समजत नव्हतं. इतर अनेक संशोधकही इथवरच येऊन अडकले होते आणि आता एडिसनची गतही त्यांच्यासारखीच झाली होती. एडिसनने स्वतःच वर्तमानपत्रांना अधिकार दिल्यामुळे त्याच्या संशोधनाचे सगळे प्रयत्न छापून येत होते.

तंतूसाठी कार्बनऐवजी दुसरं काही वापरता येणं शक्य होतं का, याचा शोध एडिसन घ्यायला लागला. पहिल्यांदा त्याने

प्लॅटिनम-इरिडिअम धातूंपासून बनवलेल्या वायर्सवर प्रयोग सुरू केले. या वायर्समुळे आधीपेक्षा बरे निष्कर्ष मिळत होते. दिव्यासाठीच्या वेगवेगळ्या घटकांवर प्रयोग करत असताना या वायर्समुळे बरीच सुधारणा होत होती. वायर्सच्या मदतीने दिव्यासाठी केलेल्या सगळ्या जोडणीला एडिसनने पूर्णपणे बंदिस्त अशा काचेच्या चंबूची जोड दिली. पूर्णपणे बंदिस्त आणि आत ठासून हवा भरलेल्या या काचेच्या चंबूत प्लॅटिनम वायरमधून विद्युत्प्रवाह जात असताना आतल्या हवेत आवश्यक ती पोकळी तयार होत होती. वीजदिव्याच्या निर्मितीच्या दिशेने पडलेलं हे पहिलं यशस्वी पाऊल होतं.

एव्हाना एडिसन हमखास तोडग्याच्या जवळपास असल्याचं त्याच्या लक्षात आलं होतं. मग तो आणखीनच कामात बुडून गेला. विशेष म्हणजे इतके महिने उलटल्यानंतरही त्या प्रयोगाबद्दलची त्याची उत्सुकता कायम होती. आता आशेचा अंधूक किरण दिसायला लागल्यावर तर तो आणखी भान हरपून काम करायला लागला. रात्र-दिवस, तहान-भूक-झोप यांच्यातल्या कशाचंही भान त्याला राहिलेलं नव्हतं.

त्याने प्लॅटिनम-इरिडिअम वायर्स वापरून बरेच दिवे बनवले. त्यांच्यापैकी बहुतेक दिवे उष्णतारोधक होते. त्या दिव्यांमधला विद्युत्प्रवाह एका विशिष्ट तापमानाला खंडित व्हायचा. त्यामुळे बर्नरचं तापमान नियंत्रित व्हायचं आणि विद्युत्प्रवाहाच्या दाबाने दिव्यातली तार वितळण्यापासून रोखली जायची. चंबूतल्या हवेचा दाबही काटेकोर असणं आवश्यक असल्याचं प्रयोगांमधल्या सुधारणांच्या दरम्यान एडिसनच्या लक्षात आलं होतं. १९७८च्या ऑगस्टमध्ये त्याला एक असा पंप

मिळाला, ज्यामुळे चंबूत अत्यंत कमी दाबाची (समुद्रसपाटीपासून जर वातावरणातला दाब मोजला, तर तो एक असतो. या दाबाला दहाच्या सातव्या घाताने भागलं, तर जितका दाब तयार होईल, तितक्या दाबाची) पोकळी तयार होणं शक्य झालं. त्यामुळे दिव्याचं उत्पादन करताना काचेच्या चंबूतली हवेची पोकळी आवश्यक तितकीच राखून तो हवाबंद करणं शक्य झालं. वास्तविक, हवेची ही पोकळी टिकून राहण्यावरच दिव्याचं आयुष्य अवलंबून होतं.

हवेच्या पोकळीचं प्रमाण नेमकं साधल्यामुळे वीजदिव्याच्या निर्मितीच्या दिशेने मोठी मजल गाठल्याची जाणीव एडिसनला झाली. न वितळणाऱ्या साहित्यापासून बनवलेल्या छोट्या बॉबिनला प्लॅटिनम-इरिडिअम वायर्स गुंडाळून आणि या जोडणीला काचेच्या चंबूची जोड देऊन दिवा तयार करण्याचं त्याचं काम सुरू होतं. आता दिव्याची निर्मिती शेवटच्या टप्प्यात आली होती. प्रयोगासाठी भरपूर दिवे बनवायचे म्हणून एडिसनने प्लॅटिनम-इरिडिअमची तीस फूट वायर बनवून घेतली, तेव्हा त्या सगळ्याचा एकत्रित खर्च खूप होत असल्याचं त्याच्या लक्षात आलं. त्यामुळे अशा प्रकारच्या दिव्याचं घाऊक उत्पादन खूप खर्चीक झालं असतं. मात्र या दिव्यामध्ये सामान्य लोकांसाठी आवश्यक तो साधेपणा, परवडणारी किंमत आणि टिकाऊपणा या गोष्टी असण्यावर एडिसनचा भर होता आणि नेमक्या त्याच जुळून येत नव्हत्या. त्यामुळे वीजदिव्याच्या निर्मितीच्या अगदी जवळ आल्यानंतर एडिसनला अपयशी होण्याची शक्यता दिसायला लागली.

पण एडिसन हार मानणाऱ्यांपैकी नव्हता. आता त्याला

परत एकदा कार्बनची आठवण झाली. कार्बनची पट्टी वापरलेला दिवा फार काळ टिकत नव्हता, तरी तो किमान प्रकाशमान नक्कीच होत होता. शिवाय पूर्वी कार्बनची पट्टी वापरून तयार केलेल्या दिव्यासाठी काचेच्या चंबूतल्या हवेची पोकळीसुद्धा त्याला अचूक साधली नव्हती. त्याने सगळं परत एकदा नव्याने तयार करायला घेतलं; तोपर्यंतचा अनुभव पाठीशी होताच. २१ ऑक्टोबर १८७९ ... कित्येक चाचण्या केल्यानंतर त्याने सुती कापड तयार करण्यासाठीचा अगदी बारीक दोरा कार्बनित केला. मग त्याला एखाद्या हूकप्रमाणे गोलाकार आकार दिला आणि अत्यंत कमी दाब असलेली हवेची पोकळी असलेल्या काचेच्या चंबूत तो घालून हा हूक हवाबंद केला. हा चंबू त्याने विजेच्या सर्किटवर लावल्यानंतर त्याचा लख्ख प्रकाश पडला. पुढचे चाळीस तास तो दिवा अखंड प्रकाश देत राहिला!

तंतूसाठी जगभ्रमंती

माणसाच्या इतिहासातला आगीइतकाच महत्त्वाचा शोध एडिसनने लावला होता. विजेचा दिवा बनवण्याचं पूर्ण श्रेय भलेही त्याचं एकट्याचं नसलं, तरी दिव्याला रोजच्या आयुष्यात आणण्याचं महत्त्वाचं काम एडिसनने केलं होतं. दिव्याची निर्मिती करताना त्याला हजारो वेळा अपयश आलं होतं, पण त्याने प्रयत्न करणं मात्र कधीही थांबवलं नव्हतं. मागच्या चुकांवरून शिकत प्रत्येक वेळी तो आणखी एक प्रयत्न करत राहिला आणि यशस्वी झाला. दिव्याची निर्मिती करण्यात यश मिळाल्याचं त्याने वृत्तपत्रांमधून जाहीर केलं, तरीही इतर शास्त्रज्ञांचा मात्र त्याच्यावर विश्वास बसत नव्हता. अर्थात, एडिसनला यामुळे काहीच फरक पडत नव्हता. त्याने कार्बनच्या पातळ तंतूचे भरपूर दिवे बनवायला घेतले आणि ते वापरात काढले. मेन्लो पार्कमधली काही घरं, रस्ते, प्रयोगशाळा ही ठिकाणं त्याच्या दिव्यांनी उजळून निघाली. त्यामुळे लोकांमध्ये उत्सुकतेचं वातावरण तयार झालं. विजेचे

दिवे पाहण्यासाठी मेन्लो पार्कला लोकांची गर्दी व्हायला लागली. ३१ डिसेंबरच्या रात्री मेन्लो पार्कला केलेली दिव्यांची रोशणाई पाहण्यासाठी एडिसनने जनतेला जाहीर निमंत्रण दिलं. तिथे जाणाऱ्या लोकांसाठी पेन्सिलव्हेनिया रेलरोडने खास रेल्वे ठेवल्या. त्या एका रात्री तीन हजार लोक मेन्लो पार्कमध्ये जमले होते. थोडक्यात, एडिसनच्या दिव्यावर जनतेने पसंतीची मोहोर उमटवली होती.

एडिसन दिव्याची नुसती निर्मिती करून थांबणाऱ्यांमधला नव्हता. आता त्याला कार्बनच्या पातळ तंतूचा दर्जा सर्वोत्कृष्ट करायचा होता. यासाठी कार्बनच्या कागदाने अपेक्षित परिणाम मिळाले होते, मात्र तेवढ्यावरच एडिसन समाधानी नव्हता. दिवा केवळ प्रकाशमान होणं त्याच्या मते उपयोगी नव्हतं, तर तो टिकाऊ आणि मजबूतही असायला हवा होता. असा दिवा तयार होईपर्यंत एडिसनला चैन पडणार नव्हतं. त्याने निसर्गातला प्रत्येक घटक कार्बनित करायला सुरुवात केली. टिपकागद, सर्व प्रकारांचे ड्रॉइंग पेपर, डांबर लावलेला कागद, सर्व प्रकारांचे दोरे, मासे पकडण्याच्या गळाची दोरी, तेलदिव्याची काजळी लावलेले धागे, वेणीसारखे विणलेले दोरे, उकळत्या डांबरामध्ये भिजवलेला कापूस, सुतळी, मेणबत्तीमधली दोरी, लिंबूरस मिसळलेली दिव्याची काजळी, गंधकासोबत तापवून टणक केलेल्या रबराचा तंतू, खोक्याचं लाकूड, नारळाचे धागे, फरच्या झाडाची पानं, सुरूच्या झाडाची पानं, मेपलच्या झाडाची साल, बुचाच्या झाडाची साल, जवस या आणि अशा कित्येक घटकांची चाचणी त्याने घेतली. त्याशिवाय गवत, वेगवेगळ्या झाडांचे वेगवेगळे भाग असेही घटक त्याने अजमावून पाहिले. त्याने हे सर्व घटक कार्बनित

करून दिव्यात वापरले. अशाच प्रकारे त्याने भाज्यांचेही जवळपास तब्बल सहा हजार घटक वापरून पाहिले, पण त्याला अपेक्षित परिणाम मिळाला नाही.

एक दिवस प्रयोगशाळेत काम करत असताना त्याचं लक्ष टेबलावरच पडलेल्या, पामच्या झाडाच्या पानांपासून बनवलेल्या हातपंख्याकडे गेलं. त्याने तो पंखा उचलला आणि त्याचं नीट निरीक्षण केलं. त्या पंख्याच्या खालच्या बाजूला बांबूच्या खोडाची साल लांब पट्टीच्या आकारात कापून गुंडाळली होती. त्याने तातडीने त्याच्या साहाय्यकाला बांबूची ती पट्टी काढून त्याचा पातळ तंतू बनवायला सांगितलं. या वेळी मात्र एडिसनला अपेक्षेपेक्षा खूप चांगला परिणाम मिळाला. मायक्रोस्कोपखाली बांबूचं आणखी निरीक्षण केल्यावर स्वतःच्या शोधाची दिशा योग्य असल्याचं एडिसनच्या लक्षात आलं. बांबू वापरून टिकाऊ, व्यावसायिक पातळीवरची निर्मिती शक्य असलेला दिवा बनवता येणार होता. एकदा हे लक्षात आल्यावर एडिसनने त्याची माणसं लगेचच जपानला पाठवली. तिथे चांगल्या जातीचे बांबू तयार होत असत. पुढच्या काही दिवसांतच जपानमधल्या बांबूचा पातळ तंतू असलेला दिवा तयार झाला आणि तो दर्जेदार होता. दिव्याच्या निर्मितीसाठी तोपर्यंत केलेले दीर्घ प्रयोग, मायक्रोस्कोपखालच्या चाचण्या आणि लाकूड आणि नैसर्गिक तंतू देऊ शकणारी झाडं यांच्याबद्दल एडिसनला आता खूपच सखोल माहिती होती. त्यावरून दिव्यासाठी बांबूच वापरणं दर्जेदार आणि किफायतशीर ठरलं असतं, असं त्याला ठामपणे वाटत होतं. त्याने वापरलेला बांबू चांगल्या दर्जाचा होता; पण त्यापेक्षा दर्जेदार बांबू मिळाला असता, तर तोच वापरण्याची एडिसनची मनीषा होती. खरं तर

त्या क्षणी एडिसनच्या जागी दुसरा कुणी असता, तर कदाचित त्याने बांबूचे आणखी प्रकार शोधलेही नसते. मात्र दिवा सर्वोत्कृष्ट आणि चोख असण्याबद्दल एडिसन आग्रही होता. त्यामुळे त्याने सर्वोत्तम दर्जाचा बांबू मिळवण्यासाठी अक्षरशः पूर्ण जग पालथं घालायचं ठरवलं.

जगभरात कुठेकुठे बांबूचं उत्पादन होत होतं, याचा अभ्यास मग एडिसनने केला आणि त्यानुसार एक मोहीम आखली. एखाद्या हरवलेल्या खजिन्याच्या शोधासाठी माणसं पाठवावीत, तशी त्याने बांबूच्या शोधासाठी जगात वेगवेगळ्या ठिकाणी माणसं पाठवली. या मोहिमेची सुरुवात दक्षिण अमेरिकेतल्या नद्यांच्या खोऱ्यांपासून झाली. तिथे उत्कृष्ट दर्जाच्या बांबूचं निर्मितिस्थान सापडलं, पण ते नद्यांच्या तळाशी गेलेलं होतं. हाती काहीच लागलं नाही. मग त्याने ओरिएंटच्या उष्ण कटिबंधातल्या जंगलात लगेच दुसरी मोहीम राबवली, पण तिथेही खास काही मिळालं नाही.

मग त्याने या कामासाठी जास्तीतजास्त माहीतगार माणसं पाठवायचं ठरवलं. त्यानुसार विल्यम एच. मूर १८८०च्या उन्हाळ्यात चीनच्या आणि जपानच्या मोहिमेवर गेले. जपानमध्ये पोहोचल्यावर तिथल्या ग्रामीण भागात त्यांना हवा तसा बांबूचा प्रकार मिळाला. मूर यांनी बांबूचे नमुने एडिसनला तातडीने पाठवून दिले. या बांबूपासून एडिसनला खूपच चांगले परिणाम मिळाले. त्याने मूरला सांगून त्या बांबूच्या लागवडीची व्यवस्था केली. अर्थात, तरीही अजून चांगल्या बांबूचा शोध एडिसन थांबवणार नव्हता. आजच्या घडीला मूरचं जपानला जाणं किंवा तिथून मिळणाऱ्या नमुन्यांची एडिसनने चाचणी घेणं या सहज झालेल्या क्रिया वाटत असल्या, तरी त्या काळी हा सगळा प्रवास बोटीने

होत असे. परदेशातला प्रवास आणि तिथून संपर्क साधण्याची तेव्हाची साधनं म्हणजे बोट आणि पत्र एवढीच होती. जपानच्या या सगळ्या प्रवासासाठी मूरला कित्येक महिने लागले.

चुकीचे निष्कर्ष मला हवेसे वाटतात; कारण बरोबर निष्कर्षांइतकेच ते माझ्यासाठी महत्त्वाचे असतात.

जपानी बांबूच्या परिणामांबद्दल एडिसन समाधानी होता, पण त्यापेक्षा चांगला बांबू जगात मिळणार नसल्याची खातरी त्याला करायची होती आणि म्हणून त्याने शोधमोहीम सुरूच ठेवली. न्यू यॉर्कमध्ये राहणारे जॉन सी. ब्राउनर यांना देशी झाडांचं, विशेषतः एडिसनला हव्या असलेल्या बांबूच्या प्रकाराचं चांगलं ज्ञान होतं. हे एडिसनला कळलं, तेव्हा एडिसनने त्यांच्याशी संपर्क साधला आणि त्यांना शोधमोहिमेवर जायची गळ घातली. त्यांनीही यासाठी होकार दिला आणि पहिल्यांदा ते ब्राझीलला गेले. ब्राझीलमध्ये पोहोचल्यावर त्यांनी एडिसनला लगेच काही नमुने पाठवून दिले आणि ते पुढच्या प्रवासाला निघाले. त्यांना पॅरा या ठिकाणी जायचं होतं आणि तो भाग ॲमेझॉनच्या जंगलात येत होता. ॲमेझॉनचं जंगल आजही अतिशय घनदाट आणि दुर्गम मानलं जातं. जंगलामधल्या नद्या, स्थानिक आदिवासी वस्ती अशा ठिकाणी पायीच फिरत त्यांनी दक्षिण ब्राझीलमधली दोन हजार मैलांची अज्ञात प्रदेशातली भटकंती पूर्ण केली. मात्र या भटकंतीतून हाती आलेले नमुने जपानी बांबूपेक्षा कमी दर्जाचे होते.

नंतर एडिसनने क्यूबाच्या आणि जमैकाच्या घनदाट जंगलांमध्ये मोहीम राबवली. दोन महिन्यांच्या अथक शोधानंतर

बांबूंचे भरपूर नमुने एडिसनला पाठवण्यात आले. नेहमीप्रमाणे मेन्लो पार्कमध्ये त्यांची काळजीपूर्वक तपासणी केली गेली. या बांबूंचा दर्जाही खास नव्हता. दरम्यान फ्लोरिडाच्या दऱ्याखोऱ्यांमध्येही तीन माणसांची तुकडी गेलेली होती. त्यांनाही तिथे बांबूचे भरपूर प्रकार मिळाले आणि त्यांनी थोडीथोडी करत पाचशे खोकी भरून बांबूचे नमुने मेन्लो पार्कला पाठवले; पण हे नमुनेही जपानी बांबूच्या तुलनेत उणेच ठरले.

आता एडिसनने जपानी बांबू वापरून दिव्यांचं उत्पादन आणखी वाढवायचं ठरवलं, मात्र शोधमोहीम थांबणार नव्हतीच. त्याने परत एकदा दक्षिण अमेरिकेत शोध घ्यायचं ठरवलं. ब्राउनर यांनी न धुंडाळलेल्या भागात बांबूचा शोध घेण्यासाठी एडिसनने फ्रँक मॅकगॉवन आणि सी. एफ. हॅनिंग्टन या दोघांना पाठवलं. ब्राझीलमधल्या पॅरा या ठिकाणापासून मॅकगॉवनने मोहीम सुरू केली. तिथपासून ब्राझीलच्या पार दक्षिण टोकापर्यंत या दोघांनी प्रवास केला. दरम्यान पामचे आणि गवताचे बरेच नमुने गोळा झाले.

मॅकगॉवनची ही सफर अतिशय साहसपूर्ण आणि थरारक ठरली. त्यांनी धुंडाळलेला जंगलाचा परिसर अतिशय भीतिदायक होताच, शिवाय तिथे काही हिंस्र आदिवासी जमातीही राहत होत्या. तरीही हा सगळा धोका पत्करून, न घाबरता ते प्रवास करत राहिले. या प्रवासात त्यांना बांबूचे खूप आणि वेगवेगळे प्रकार मिळाले. त्यांची ही मोहीम पंधरा महिने सुरू होती. दोनदा जीवघेणा ताप, जंगली प्राण्यांनी, विषारी सापांनी आणि किड्यांच्या झुंडीने केलेले हल्ले सहन करून; प्रमुख अन्न असलेल्या मांसाहाराशिवाय ११९ दिवस काढत आणि ८९ दिवस

अंगातले कपडेही न बदलता ते प्रवास करत राहिले; पण एवढ्या त्रासदायक सफरीवरून त्यांनी आणलेले नमुनेही जपानी बांबूपेक्षा सरस नव्हते.

या मोहिमेमागच्या एडिसनच्या उद्देशाचं महत्त्व त्याच्याइतकंच त्याच्या सहकाऱ्यांनाही समजत होतं. कदाचित म्हणूनच त्यांनी प्रचंड हालअपेष्टा काढत, कित्येकदा जिवावर उदार होत बांबूंचा शोध सुरूच ठेवला. खरं तर त्यांना हे सगळं करण्याची तितकीशी गरज नव्हती, पण तरीही या संशोधनाचा मोठा प्रभाव संपूर्ण जगावर आणि येणाऱ्या कित्येक पिढ्यांवर पडणार असल्याच्या जाणिवेतून त्यांनी हे केलं. बटन दाबलं की प्रकाश एवढं एकच समीकरण आज आपल्याला माहीत आहे, मात्र इतिहासात हरवलेल्या एडिसनच्या या सहकाऱ्यांचं खूप मोठं योगदान त्याच्यामागे आहे.

विजेच्या वेगाने विजेचा उद्योग

दिव्यासाठी सगळ्यांत चांगला तंतू मिळावा, म्हणून त्या काळाच्या तुलनेत एक लाख डॉलर्स एवढी मोठी रक्कम खर्च करून एडिसनने सगळं जग पालथं घातलं. दिव्यासाठी जपानी बांबूच सर्वोत्कृष्ट असल्याची खातरी या मोहिमेने एडिसनला दिली. मात्र म्हणून त्याने हाच बांबू वापरत राहण्यावर समाधान मानलं नाही. ही शोधमोहीम सुरू असतानाच एडिसन नैसर्गिक तंतूला पर्याय शोधण्यात गुंतला होता. त्यात त्याला अपेक्षेपेक्षा लवकर यश मिळालं आणि मॅकगॉवन दक्षिण अमेरिकेत शोध घेत असतानाच एडिसनने कृत्रिम पद्धतीचा तंतू तयार केला. त्याचे निष्कर्ष बांबूच्या तंतूपेक्षाही चांगले होते. शिवाय, घाऊक उत्पादन करण्यासाठीही हा तंतू जास्त सोयीचा होता. असं असलं तरी बांबूचा तंतू बनवणाऱ्या कारखान्यात कृत्रिम तंतू बनवायला काही वर्षं जावी लागली.

विजेच्या दिव्यांची निर्मिती झाली, तरी ते वापरात आणणं

हे त्यांच्या निर्मितीइतकंच कठीण काम होतं. दिवे तयार करणारा कारखाना उभा करण्यापासून सुरुवात करावी लागणार होती आणि दिव्यांसाठी मोठी मागणी येईपर्यंत कारखाना उभा करूनही उपयोग नव्हता. शेवटी एडिसनने एका कंपनीला (वीजदिव्याच्या निर्मितीचं पेटन्ट त्याच्या नावावर असेपर्यंत) फक्त ४० सेन्ट्समध्ये हव्या तितक्या दिव्यांचा पुरवठा करायचा प्रस्ताव दिला. एवढ्या स्वस्त किमतीत दिवा मिळणार असल्याने कंपनीही लगेच तयार झाली. खरं तर एक दिवा तयार करण्यासाठी एडिसनला १.२५ डॉलर्स इतका खर्च येत होता. फक्त ४० सेन्ट्सला दिवा विकून त्याला प्रचंड तोटा होणार होता; पण हे माहीत असूनही त्याने कंपनीशी करार केला. एडिसनने न्यू जर्सीत हॅरिसन या ठिकाणी एक जुना कारखाना विकत घेतला आणि दिव्यांच्या निर्मितीचं काम मेन्लो पार्कवरून तिकडे हलवलं. एकीकडे दिव्यांची निर्मिती सुरू झाली होती, तरी दिवे बनवणारं यंत्र सुधारण्यासाठी एडिसन नेहमीप्रमाणे वेगवेगळे प्रयोग करत होता. पहिल्या वर्षी एडिसनच्या सहकाऱ्यांच्या गटाने २५-३० हजार दिवे पुरवले. त्या वेळी एडिसनला प्रत्येक दिव्यासाठी १.१० डॉलर्स इतका खर्च आला. दुसऱ्या वर्षी हाच खर्च फक्त ७० सेन्ट्सवर आला. मात्र दिव्यांची मागणी खूप वाढल्यामुळे पहिल्या वर्षापेक्षाही जास्त तोटा झाला. तिसऱ्या वर्षी ५० सेन्ट्समध्ये दिवे तयार व्हायला लागले, मात्र तोटा कायम होता. असं करता-करता एडिसनच्या दिवे तयार करण्याच्या यंत्रणेत पाचव्या वर्षापर्यंत इतकी सुधारणा झाली की, प्रत्येक दिवा फक्त २२ सेन्ट्समध्ये तयार व्हायला लागला; आणि त्या वर्षी एडिसनने इतका नफा कमावला की त्यामुळे आधीच्या चारही वर्षांचा तोटा भरून निघाला. एडिसन खरं तर

उत्तम संशोधक होता; पण स्वतःचं संशोधन लोकप्रिय करण्यासाठी व्यवसायातले बारकावे शिकणं गरजेचं असल्याचं त्याच्या लक्षात आलं होतं. हमखास यश देणाराच व्यवसाय करत राहण्यापेक्षा आखीव जोखीम पत्करण्याचं धाडस त्याच्याकडे होतं आणि म्हणूनच आजही जग त्याला उत्तम उद्योजक म्हणून ओळखतं.

नुसती दिव्यांची निर्मिती करून थांबणं उपयोगाचं नव्हतं, तर सर्वसामान्य लोकांच्या घरांमध्ये हे दिवे लागावेत म्हणून एडिसनची धडपड सुरू होती. दिव्याचा शोध लागला असला, तरी तो कसा वापरायचा आणि त्याहीपेक्षा घरात कसा बसवायचा हे कुणालाच माहीत नव्हतं. प्रकाश यंत्रणेबद्दल लोक पूर्णपणे अनभिज्ञ होते. मग एडिसनने हेही काम हाती घेतलं. प्रयोगशाळेत परत एकदा दिवसरात्र संशोधन सुरू झालं. या यंत्रणेसाठी एडिसनने आणि त्याच्या सहकाऱ्यांच्या गटाने जनित्र (डायनामो), स्विचफलक (स्विचबोर्ड्स), विजेच्या दाबाचे नियंत्रक (रेग्युलेटर्स) आणि त्यांचे दर्शक, साधक (कनेक्टर्स), वीजमापक (मीटर्स), त्यासाठीच्या खोबण्या (सॉकेट्स), लहान बटणं, वायर्स अशा एक-एक करत छोट्यामोठ्या शेकडो उपकरणांचा शोध लावला. आकड्यांमध्येच सांगायचं, तर १८८० ते १९०८ यादरम्यान एडिसनने फक्त या एकाच यंत्रणेतल्या ३७५ शोधांसाठी पेटन्ट्स दाखल केली. तसंच या उपकरणांचं मोठ्या प्रमाणावर उत्पादन करण्यासाठी एडिसनने स्वतः कारखाने उभे केले.

१८८१मध्ये एडिसनच्या एडिसन इलेक्ट्रिक लाइट कंपनीने ६५ फिफ्थ अ‍ॅव्हेन्यू इथे एक जुना, पण भव्य बंगला भाड्याने घेतला. कारण कंपनीला ऑफिससाठी आणि दिव्याच्या दैनंदिन

वापराचं प्रात्यक्षिक दाखवता येण्याजोग्या जागेची गरज होती. मकर्सनी या बंगल्याला ६५ असं टोपणनाव दिलं. प्रशस्त खोल्या, भव्य छत, गोलाकार जिने असलेला तो बंगला दिवे लावल्यावर खूप सुंदर दिसणार होता. बंगला ताब्यात आल्यावर एडिसनच्या सहकाऱ्यांच्या गटाने तिथे सगळ्यांत आधी दिव्यांची सजावट केली. पुढची चार वर्षं तो बंगला सतत जागाच होता. एडिसनचं आणि त्याच्या सहकाऱ्यांच्या गटाचं संशोधन मेन्लो पार्कप्रमाणे इथेही जोरात सुरू होतं. दिव्यांनी प्रकाशमान झालेला बंगला पाहायला खूप गर्दी व्हायची. पहिल्या वर्षी तर मध्यरात्र झाली तरी बंगल्याची दारं उघडीच असायची. दिवसभर संशोधन आणि अंधार पडल्यानंतर आलेल्या लोकांना दिव्याचं महत्त्व समजावणं, दिवा कसा चालतो हे सांगणं यामध्ये या गटाचा वेळ जायचा. एडिसनपासून कंपनीतल्या साध्यात साध्या कामगारापर्यंत सगळे जण हे काम करायचे.

लोकांना एडिसनच्या दिव्याचं प्रचंड कुतूहल वाटायचं. दिवा कुठेही, कसाही ठेवला तरी प्रकाश देत होता; तो लावण्यासाठी काड्यापेट्यांची गरज पडत नव्हती; गॅसच्या दिव्याप्रमाणे त्यातून खूप उष्णता बाहेर पडत नव्हती, उलट आकर्षक आकारातला तो चंबू हातातसुद्धा धरता येत होता; हे पाहून लोक भारावून जायचे. शिवाय, गॅसचे किंवा तेलाचे दिवे वापरताना असणारा आगीचा धोका या दिव्यामध्ये अजिबात नव्हता, ही गोष्टही त्यांना फार आवडली होती. दिव्याचे एकंदर फायदे, त्याचा प्रकाश पाहिल्यानंतर हटकून सगळे जण स्वतःच्या घरातही दिवे लावून देण्याची विनंती करायचे.

सुरुवातीला एडिसनच्या सहकाऱ्यांचा गटच लोकांकडे

जाऊन प्रकाशयंत्रणेचं सगळं काम करायचा; पण मागणी खूप वाढली, तसं मकर्सला सगळीकडे जाणं अवघड झालं. मग एडिसनने तंत्रज्ञ तयार करण्यासाठी रात्रशाळा सुरू केली. एडिसनचा सहकारी ई. एच. जॉन्सनवर एडिसनने ही जबाबदारी सोपवली. वायरिंग वगैरेचं जुजबी ज्ञान असलेली, महाविद्यालयांमध्ये किंवा तंत्रशाळांमध्ये शिकणारी मुलं या नव्या कलेचं प्रशिक्षण उत्साहाने घ्यायला लागली. यातली बरीच मुलं पुढे विजेशी संबंधित क्षेत्रात अतिशय यशस्वी झाली.

प्रकाशयंत्रणा तयार होत असल्याच्या काळात एडिसनचं बरंचसं लक्ष त्याने सुरू केलेल्या कंपन्यांवर होतं. या काळात मेन्लो पार्क वर्षभर बंद होतं. त्याहीनंतर म्हणजे पाच वर्षांनी एडिसनने न्यू जर्सीजवळ वेस्ट ऑरेंज इथे आणखी एक प्रयोगशाळा आणि घरही बांधलं. मेन्लो पार्क सोडून नवं घर उभं करण्यामागे

एक विशिष्ट कारण होतं.

प्रकाशयंत्रणेचं काम ऐन भरात असतानाच एडिसनच्या आयुष्यात एक खूप वाईट घटना घडली. ९ ऑगस्ट १८८४ या दिवशी त्याची पत्नी मेरी वारली. तेव्हा ती फक्त २९ वर्षांची होती. मात्र तिच्या मृत्यूचं नेमकं कारण कळलं नाही. असं म्हणतात की, ती आजारी असताना डॉक्टरांनी दिलेली मॉर्फिनची मात्रा जास्त झाल्यामुळे मेरी दगावली. मेरियन आणि थॉमस ज्युनिअर म्हणजेच डॉट, डॅश आणि विल्यम ही तीनही मुलं तेव्हा लहान होती. मेरी गेल्यानंतर एडिसन शक्य तितका वेळ मुलांना द्यायला लागला. अर्थात, संशोधन आणि मुलांचं संगोपन या दोन्ही गोष्टी एकहाती सांभाळणं त्याच्यासाठी सोपं नव्हतं.

पुढे दोन वर्षांनंतर एडिसनने संशोधक लुइस मिलर यांची मुलगी मीनाशी लग्न केलं. मीना खूप समंजस होती. एडिसनच्या मुलांच्या जडणघडणीपासून ते घरी येणाऱ्या मोठमोठ्या व्यक्तींच्या पाहुणचारापर्यंत प्रत्येक गोष्ट तिने कौशल्याने सांभाळली. एडिसनचं कित्येक दिवस प्रयोगशाळेत असणं तिने व्यवस्थित समजून घेतलं. एडिसनच्या सर्जनशीलतेला आणि त्याच्या संशोधक वृत्तीला मारक ठरतील अशा गोष्टींपासून तिने त्याला दूर ठेवलं. मुख्य म्हणजे तिने स्वतःचं स्वतंत्र विश्व तयार केलं. ती सामाजिक, शैक्षणिक, धार्मिक कार्यात सक्रिय होती. निसर्गसंवधर्नासाठी तिने खूप प्रभावी काम केलं. ती बागकामातही अतिशय निपुण होती.

मीनाशी लग्न झाल्यानंतर एडिसनने वेस्ट ऑरेंजला राहायला जाण्याचा निर्णय घेतला. तिथे १३ एकरांच्या जागेवर त्याने भव्य प्रयोगशाळा आणि 'ग्लेनमॉन्ट' हे २३ खोल्यांचं घर बांधलं.

मीनाने ग्लेनमॉन्टच्या ओसाड जागेचं रूपांतर नंदनवनात केलं. तिने जोपासलेली वेगवेगळ्या प्रकारांची झाडं आणि बाग पाहण्यासाठी लोक आजही ग्लेनमॉन्टला भेट देतात. ती उत्तम पक्षिनिरीक्षकही होती. एडिसन-मेरीची तीन मुलं म्हणजे मेरियन, थॉमस आणि विल्यम तशीच एडिसन-मीनाची तीन मुलं म्हणजेच मॅडलीन, चार्ल्स आणि थिएडोर ही सहाही मुलं एकत्र वाढली. वडिलांचं संशोधन आणि आईचं निसर्गाचं ज्ञान या दोन्हींचे संस्कार त्यांच्यावर लहानपणापासूनच झाले. एडिसन बहुतेक वेळ प्रयोगशाळेत असायचा आणि रात्रीअपरात्री क्वचित घरी यायचा. त्यामुळे सकाळी-सकाळी हॉलमधल्या सोफ्यावर सूटबूट घालून गाढ झोपलेल्या वडलांना पाहणं हे मुलांसाठी नेहमीचं चित्र होतं. एडिसन जागतिक कीर्तीचा संशोधक असल्यामुळे त्याच्या घरी मोठ्या पाहुण्यांची ऊठबस असायची. त्यांच्या सन्मानासाठी पार्टी ठेवली जायची. एडिसन-मीनाची मुलगी मॅडलीनने या पार्टीची एक मजेशीर आठवण लिहून ठेवली आहे. ती लिहिते, 'पपांना या पार्ट्यांचा खूप कंटाळा असायचा. त्यामुळे घरी पार्टी असली की, त्यांची पंचाईत व्हायची. ते थोडा वेळ चुळबुळत पार्टीत थांबायचे आणि मग पोट बरं नसल्याचा बहाणा सांगून तिथून सटकायचे. जेवणाआधीच पोट बिघडलेले ते एकमेव असावेत! मग हळूच स्वयंपाकघरात जाऊन हवं ते वाढून घेऊन नोकरांसाठीच्या जिन्याने ते वरच्या मजल्यावर जायचे आणि पुस्तकं वाचत बसायचे.'

एडिसनने घरात खूप मोठं वाचनालय बनवलं होतं. त्यातल्या जाडजूड पुस्तकांमधून एडिसनच्या हव्या असणाऱ्या माहितीचे संदर्भ शोधून त्यांच्यावर पांढऱ्या कागदाची खूण लावून

> **एखाद्या संकल्पनेचं मूल्य तिच्या वापरावर अवलंबून असतं.**

ठेवणं, हे मुलांचं आवडीचं काम असायचं. घराच्या मुख्य खोलीत एडिसन आणि मीना दोघांनाही काम करता यावं म्हणून स्वतंत्र टेबल्स बनवली होती. त्यांच्यावर बसून काम करणारे एडिसन-मीना आणि भोवती लुडबुडणारी, खेळणारी मुलं असं चित्र घरात बऱ्याचदा दिसायचं.

स्वातंत्र्यदिनाची सुट्टी ही एडिसनची सगळ्यांत आवडती सुट्टी होती. या दिवशी तो त्याच्या प्रयोगशाळेतल्या वेगवेगळ्या रसायनांची संयुगं करून त्यांची आतशबाजी मुलांना करून दाखवायचा. शेजारपाजाऱ्यांसाठीही ती पर्वणी असायची. मुलांपैकी एकट्या थिएडोरला विज्ञानात रस होता. तोही लहानपणीच्या एडिसनसारखा उपद्व्यापी होता. 'तो वडलांप्रमाणे संशोधक होणार.' असं सगळे म्हणायचे, पण एडिसनचं मत वेगळं होतं. तो म्हणायचा, "थिएडोर हुशार आहे खरा, पण त्याला खरा रस गणितात आहे. त्यामुळे तो आइनस्टाइनचा चाहता होण्याची दाट शक्यता आहे. जर असं झालं, तर तो माझ्याबरोबर कधीच काम करणार नाही, अशी मला शंका वाटते."

ग्लेनमॉन्टजवळची प्रयोगशाळा म्हणजेच वेस्ट ऑरेंज प्रयोगशाळा मेन्लो पार्कपेक्षाही भव्य आणि सुसज्ज होती. इथे मुख्य प्रयोगशाळेशिवाय एक प्रचंड मोठं ग्रंथालय होतं. तिथे जगातल्या जवळपास प्रत्येक विषयावरची पुस्तकं आणि मासिकं होती. ग्रंथालयाशिवाय एडिसनच्या सूचनांनुसार यंत्र बनवण्यासाठी यंत्रालय, इंजीन घर, बॉयलर रूम अशा वेगवेगळ्या खोल्या होत्या. इथली सगळ्यांत खास खोली म्हणजे साठवणुकीची

खोली. प्रयोग करताना कोणत्याही घटकाची गरज पडली, तर त्यासाठी थांबणं एडिसनला मंजूर नव्हतं. म्हणून त्याने निसर्गातला जवळपास प्रत्येक घटक या खोलीत ठेवला होता. या खोलीला 'संग्रहालय' किंवा 'निसर्गाची प्रतिकृती' असंही म्हटलं जायचं.

प्रयोगशाळेतली सगळ्यांत साधी खोली म्हणजे खोली नं. १२ - एडिसनची खोली. एक लाकडी टेबल, छोटा पलंग, रसायनांच्या बाटल्या, वह्या इतकंच सामान या खोलीत होतं. या खोलीचं दार कायम सताड उघडं असायचं. तिथे कुणालाही केव्हाही यायला परवानगी होती. बहुतेक वेळी एडिसन टेबलवर मायक्रोस्कोप आणि ढीगभर कागद पसरून काहीतरी काम करताना दिसायचा. मेन्लो पार्कप्रमाणेच वेस्ट ऑरेंजमध्येही एडिसनने बरेच महत्त्वाचे शोध लावले. त्याने लावलेले बहुतेक सगळेच शोध लोकांच्या उपयोगाचे आणि त्याला स्वतःला समाधान देणारे होते.

हलत्या चित्रांचा सूत्रधार

एडवर्ड मेब्रीज या फोटोग्राफरचं व्याख्यान ऐकल्यापासून एडिसनच्या डोक्यात पुन्हा नवा किडा वळवळायला लागला होता. एडवर्डने पळणाऱ्या घोड्याचे एकसलग फोटो घेतले होते आणि ते पाठोपाठ वेगात दाखवले, तर चित्र हलत असल्याचं जाणवत असल्याचा मुद्दा त्याने मांडला होता. एडिसनच्या मनात कित्येक वर्षांपासून असलेल्या पुसट संकल्पनांना त्या व्याख्यानामुळे आकार येत होता. फोनोग्राफ हे एडिसनचं सर्वांत लाडकं संशोधन होतं. फोनोग्राफीच्या वेगवेगळ्या पैलूंवर त्याला खूप काम करायचं होतं, पण वीजदिव्याच्या निर्मितीत गुंतल्यामुळे फोनोग्राफ मागे पडला होता. फोनोग्राफच्या आवाजाला जोड देणारं काहीतरी दृश्य स्वरूप असावं, असं त्याच्या मनात होतं. एडवर्डचं व्याख्यान ऐकल्यानंतर एडिसनला स्वतःची संकल्पना पुढे नेण्यासाठी दिशा मिळाली. एडिसनने नेहमीप्रमाणे मकर्सचा गट तयार केला. एरवी एडिसन मकर्सच्या गटाचं नेतृत्व करत

असला, तरी या वेळी विल्यम डिक्सन गटाचा प्रमुख होता. एडिसनच्या प्रयोगशाळेत फोटोग्राफरचं काम करणारा विल्यम एडिसनच्या खास मकर्सपैकी एक होता. विल्यम अतिशय उत्साही, हुशार आणि संशोधक वृत्तीचा होता.

१८८९ साली विल्यमने आणि त्याच्या सहकाऱ्यांच्या गटाने काम सुरू केलं आणि थोड्याच काळात त्यांनी स्ट्रिप किंटोग्राफ नावाचा अगदी प्राथमिक अवस्थेतला कॅमेरा तयार केला. ही स्ट्रिप म्हणजेच लांब, लवचीक फिल्म होती. ती नेहमीच्या वापरातल्या कॅमेऱ्यासाठी, म्हणजेच फोटोच्या कॅमेऱ्यासाठी बनवली होती. जुन्या फोटोग्राफिक फिल्मपेक्षा ही फिल्म सरस आणि मुख्य म्हणजे एखाद्या चाकाला गुंडाळता येण्यासारखी होती. स्ट्रिप किंटोग्राफ खूप वेगाने फोटो घेत असे आणि ते फोटो सलग पाहताना चलच्चित्र पाहत असल्याचा भास होत असे. एडिसनच्या आणि त्याच्या सहकाऱ्यांच्या गटाने एक विशिष्ट विषय निवडून एकसलग फोटो काढायला सुरुवात केली. आज आपण पाहत असलेल्या चित्रपटाचं हे अगदी पहिलं रूप होतं. हा कॅमेरा वापरून मकर्स २०-३० सेकंदांच्या छोट्या फिल्म्स तयार करायचे.

नेहमीप्रमाणे एडिसनच्या या शोधाबद्दलही वर्तमानपत्रांमध्ये भरभरून छापून यायला सुरुवात झाली आणि फिल्म्सना मोठा प्रेक्षकवर्ग मिळाला. 'चित्र हलतात' याचं लोकांना खूप आश्चर्य वाटायचं. लोकांचा प्रतिसाद पाहून एडिसनने वेगवेगळ्या विषयांवर फिल्म्स बनवायला सुरुवात केली. त्यासाठी मकर्सना एका स्टेजची म्हणजे आत्ताच्या चित्रपट स्टुडिओसारख्या स्टुडिओची गरज होती. मकर्सने लाकडी फळ्या आणि टार पेपर (डांबरावर प्रक्रिया करून

तयार केलेला कागद) वापरून एक बंदिस्त स्टेज तयार केलं आणि त्याचं छत वरच्या दिशेने उघडं ठेवलं. कारण एडिसनच्या विजेच्या दिव्यातून मिळणारा प्रकाश चित्रपट तयार करण्यासाठी पुरेसा नव्हता. टार पेपरमुळे बाहेरून पूर्ण काळ्या झालेल्या या इमारतीला 'ब्लॅक मारिया' असं नाव पडलं. कारण मरण पावलेल्या व्यक्तीला घेऊन जाणारी त्या काळातली पोलिसांची लांबलचक गाडी अशीच पूर्ण काळ्या रंगाची असायची आणि तिचं नाव 'ब्लॅक मारिया' होतं. या ब्लॅक मारियामध्ये पुढची दहा वर्षं चित्रपट बनवले जात होते.

हे चित्रपट पाहण्यासाठी एडिसनने आणि मकर्सनी किंटोस्कोप नावाचं आणखी एक यंत्र तयार केलं. किंटोस्कोप हे खूप महत्त्वाचं संशोधन मानलं गेलं, कारण फिल्म पाहण्यासाठी या किंटोस्कोपला एक गोलाकार नळकांडं (पीपहोल) लावलेलं होतं. पुढे कॅमेऱ्याच्या जडणघडणीत या नळकांड्याने खूप महत्त्वाची भूमिका बजावली. पुढे काही वर्षांनी न्यू यॉर्कमध्ये

पहिलं किंटोस्कोप पार्लर म्हणजे आत्ताच्या भाषेतलं चित्रपटगृह सुरू झालं. किंटोस्कोप पार्लरमध्ये एका माणसाला जाऊन पाच सेन्ट्समध्ये वीस ते तीस सेकंदांचा मूक चित्रपट पाहता यायचा. फिल्म तयार करण्याचं हे तंत्र पुढे 'मोशन पिक्चर्स' (चलच्चित्रं) या नावाने लोकप्रिय झालं.

चलच्चित्र तयार करणाऱ्या संशोधकांमध्ये एडिसनचा समावेश असला, तरी त्याच्या विकासाचं श्रेय एडिसनचं एकट्याचं नाही. यासाठी लागणारे वेगवेगळे भाग जगभरातल्या वेगवेगळ्या संशोधकांनी बनवले. पडद्यावर चित्रं प्रक्षेपित करणारं फँटास्कोप हे यंत्र अमेरिकेतल्या थॉमस अर्माट आणि फ्रान्सिस जेनाकिन्स यांनी बनवलं. पडद्यावर चित्रं प्रक्षेपित करणाऱ्या आजच्या चित्रपट-प्रक्षेपकाची (मूव्ही प्रोजेक्टरची) ती मूळ संकल्पना होती.

> **आपल्या क्षमतेनुसार शक्य असलेल्या सर्व गोष्टी जर आपण केल्या, तर त्यांचा आवाका आपल्यालाही थक्क करणारा असेल.**

एकाच ठिकाणी अनेक लोकांनी जमून चित्रपट पाहण्याची कल्पना या यंत्रामुळे उदयाला आली. एडिसनने या यंत्राचे हक्क विकत घेतले आणि वेस्ट ऑरेंजमध्ये त्यावर काम सुरू केलं. अशा प्रकारे मोशन पिक्चर्स किंवा चित्रपटाच्या तंत्राचे वेगवेगळे तुकडे जोडत एडिसनने त्याचा आणखी विकास केला. पुढे त्याने जास्त वेगाने चित्रं घेणारा एकच कॅमेरा तयार केला आणि त्याला जॉर्ज ईस्टमनने तयार केलेल्या नव्या सेल्यूलॉइड (सेल्यूलोज, नायट्रेट आणि कापरापासून बनवलेला ज्वालाग्रही घटक) फिल्मची जोड दिली. त्यातून एक नवं तंत्र तयार झालं. ६ ऑक्टोबर १८८९ या दिवशी प्रयोगशाळेत त्यांनी पहिल्यांदा मोशन पिक्चर प्रोजेक्ट करून पाहिला, तेव्हा त्यातून ध्वनीचित्रांचीही निर्मिती झाली आणि पहिल्या 'टॉकी' अर्थात बोलपटाचा जन्म झाला. या पिक्चरला फोनोग्राफ रेकॉर्डमधून येणाऱ्या सुसूत्र आवाजाची जोड मिळाली.

एकोणिसावं शतक संपेपर्यंत एडिसन चलच्चित्रांच्या कामात गढून गेला होता. स्वतः लावलेले काही शोध आणि मुख्य म्हणजे, त्यासाठी पूरक असलेल्या इतर शोधांना एकत्र आणून विकसित करण्याचं महत्त्वाचं काम एडिसनने केलं. या तंत्राला पुढे खूप चांगले दिवस येणार असल्याचं त्याला जाणवलं होतं. त्या वेळी त्याने दाखवलेल्या दूरदृष्टीमुळे आज चित्रपटाचं तंत्र इतकं प्रगत झालं आहे, असं म्हणायला हरकत नाही.

फोनोग्राफच्या, वीजदिव्यांच्या निर्मितीच्या आणि मग

चलच्चित्रांच्या शोधानंतर एडिसनचा अमेरिकेतला बोलबाला वाढला. त्याच्या चाहत्यांमध्ये सामान्य लोकांबरोबरच आता नेतेमंडळींचाही समावेश झाला होता. तसंच वर्तमानपत्रांचा तर तो विशेष लाडका होता. एडिसनच्या मकर्सचाही सगळ्यांना हेवा वाटायचा. मकर्सचा हा गट एकतर कामात असायचा आणि काम नसेल तर ब्लॅक मारियात एखादा चित्रपट पाहत किंवा फोनग्राफवर संगीत ऐकत असायचा. मात्र विसाव्या शतकाची सुरुवात एडिसनसाठी आणि मकर्ससाठीही भयानक धक्का देणारी ठरली.

आजच्या एक्स-रेची जीवघेणी किंमत

एखादा शोध लावणं आणि त्याची योग्यता तपासण्यासाठी चाचणी घेणं म्हणजे अनोळखी वाटेवरून चालण्यासारखं असतं. प्रयोग करताना वेगवेगळी रसायनं, ज्वालाग्राही पदार्थ, वीज आणि प्रकाश यांना वेगवेगळ्या प्रकारे हाताळावं लागतं.

१८९५मध्ये विल्हेल्म रॉन्टजन नावाचा एक जर्मन भौतिकशास्त्रज्ञ गॅसने भरलेल्या नळीच्या आणि विजेच्या साहाय्याने प्रयोग करत होता. त्या वेळी काळ्या रंगाचा कागद गुंडाळलेल्या नळीमधून त्याला फ्लोरोसंट प्रकाश येताना दिसला. विल्हेल्म आश्चर्यचकित झाला. त्याने या अपरिचित प्रकाशाला 'एक्स-रे' असं नाव दिलं. आठवड्यानंतर त्याने त्याच्या पत्नीच्या हाताची एक्स-रे प्रतिमा घेतली. फार थोड्या काळात ही प्रतिमा जगभर लोकप्रिय झाली.

एक्स-रेबद्दल समजल्यानंतर एडिसनने विजेच्या दिव्यापासून

फ्लोरोसंट दिवा बनवण्याचा प्रयोग तातडीने सुरू केला. वीजदिव्याच्या निर्मितीपासूनच मकर्स गटाचा महत्त्वाचा सदस्य असलेल्या डॅलीलाही फ्लोरोसंट प्रकाशाच्या संकल्पनेने झपाटून टाकलं होतं. उत्साहाच्या भरात डॅलीने फ्लुरोस्कोप (प्रदीप्तशील क्षारांचं विलेपन केलेली नळी) आणि एक्स-रेच्या नळ्यांच्या मध्ये स्वतःचा हात धरून कितीतरी प्रयोग केले. त्या वेळी एक्स-रेमधून बाहेर पडणाऱ्या विषारी किरणोत्सर्गाचा त्याच्या हातावर विपरीत परिणाम होत असल्याचं त्याच्या किंवा इतर कुणाच्याच लक्षात आलं नाही. एक्स-रेचं तंत्र आणखी प्रगत करण्यासाठी पुढची काही वर्षं त्याचे हे प्रयोग सुरूच होते. नंतर डॅलीच्या हाताची त्वचा हळूहळू निघायला लागली. तसंच फ्लोरोसंट प्रकाशावर सतत प्रयोग करताना समोरच्या वस्तूकडे एका डोळ्याने स्थिरचित्ताने पाहता येत नसल्याचं एडिसनला जाणवायला लागलं. प्रयोगाच्या वेळी एडिसन कायम मंद प्रदीप्तशील नळ्या वापरायचा आणि डॅली त्याला नेहमी तीव्र प्रदीप्तशील नळ्या वापरण्याचा सल्ला द्यायचा. सुदैवाने एडिसनने त्याचं ऐकलं नाही. या प्रयोगांमध्ये काहीतरी धोका असल्याचं एडिसनच्या हळूहळू लक्षात यायला लागलं. डॅलीच्या हाताची त्वचा निघायला लागली, त्याच्या चेहऱ्यावर सुरकुत्या पडायला लागल्या, त्याचे केस विरळ व्हायला लागले. त्यानंतर त्याचा उजवा हात पूर्ण, तर डावा हात कोपरापासून कापून काढावा लागला. एडिसनने त्याला एकापेक्षा एक तज्ज्ञ डॉक्टरांकडे नेलं, पण विषारी किरणांमुळे होणाऱ्या परिणामांची त्या वेळी कुणालाच माहिती नव्हती. शेवटी डॅलीला त्वचेचा कर्करोग झाला आणि त्यानेच तो गेला. एरवी अतिशय खंबीर असणारा एडिसन या सगळ्या अनुभवाने हादरला. त्याने

एक्स-रेचे प्रयोग केव्हाच थांबवले होते. कधी कुणी एक्स-रेबद्दल विचारलंच, तर एडिसन म्हणायचा, "माझ्याशी एक्स-रेबद्दल काही बोलू नका. मला त्याची भीती वाटते." स्वतः आजारी पडल्यानंतर एक्स-रे काढायची वेळ यायची, तेव्हाही एडिसन त्यासाठी ठाम नकार द्यायचा. डॅलीच्या वेदना तो कधीच विसरू शकला नाही. मात्र एडिसनचे प्रयत्न आणि डॅलीचं बलिदान या दोन्ही गोष्टी वाया गेल्या नाहीत. त्यांनी केलेल्या प्रयोगांमुळेच एक्स-रेचं तंत्र आधुनिक आणि विकसित झालं. मात्र असं होऊनही एडिसनने या प्रयोगांचं पेटन्ट घेतलं नाही. डॅली गेल्यानंतर एडिसन बराच काळ खूप दुःखी होता. प्रयोगशाळेत त्याचं मन लागत नव्हतं. अखेर एका क्षणी त्याने मन घट्ट केलं आणि परत कामाला सुरुवात केली.

टेलिग्राफ ऑपरेटर असल्यापासून एडिसनला बॅटरीची निर्मिती करण्यात खूप रस होता, पण त्यासाठी त्याला कधी पुरेसा वेळ मिळाला नव्हता. १८९०च्या सुरुवातीला सुरू झालेल्या वाहनांच्या वापराने त्याच्या डोक्यात परत एकदा स्टोअरेज बॅटरीचे विचार सुरू झाले. लोकांना वापरण्यासाठी सोप्या पडतील अशा बॅटऱ्या त्याने पूर्वी एकदा बनवल्या होत्या, मात्र त्या परिपूर्ण नव्हत्या. गाडी चालवता येईल अशा ताकदीची स्टोअरेज बॅटरी आता त्याला बनवायची होती. त्या वेळी वापरात असलेल्या शिशाच्या आणि ॲसिडच्या बॅटऱ्या वजनाला खूप जड असल्यामुळे त्या गाड्यांमध्ये वापरणं शक्य नव्हतं. १८८०मध्ये एडिसनने विजेचं सुवाहक असलेलं, अल्कली गुणधर्मांनी युक्त संयुग वापरून वजनाला हलकी आणि जास्त काळ टिकणारी

बॅटरी बनवली होती. आत्ताही त्याने तेच सूत्र परत एकदा वापरायचं ठरवलं. बॅटरीचा हा शोध एडिसनच्या प्रयोगशील वृत्तीची आणि चिकाटीची परीक्षा पाहणारा ठरला. एडिसनच्या डोक्यात होती, तशी बॅटरी बनवायला त्याला तब्बल दहा वर्षं लागली. तोपर्यंत गाड्यांमध्ये बॅटरीऐवजी इंजीनचं प्रगत तंत्र वापरलं जायला लागलं होतं आणि बॅटरी वापरण्याचं कारणच उरलं नव्हतं. मात्र एडिसनने बनवलेल्या बॅटरीला औद्योगिक जगात भरपूर वाव मिळाला. ती त्याच्या सर्वांत यशस्वी उत्पादनांपैकी एक ठरली.

एडिसनने आणि मकर्सनी सगळ्यांत आधी बॅटरीच्या घटकांवर काम सुरू केलं. बॅटरीत धनभारासाठी निकेल हायड्रेट आणि ऋणभारासाठी आयर्न ऑक्साइड असे रासायनिक प्रक्रियेला अनुकूल घटक भरण्यावर संशोधन सुरू झालं. आज आपण वापरतो ती बॅटरी याच संकल्पनेवर आधारित आहे. मात्र आजची परिपूर्ण बॅटरी आणि एडिसनची संकल्पना यांमध्ये असंख्य प्रयोगांचा आणि चिवट वृत्तीचा मोठा काळ जावा लागला.

बॅटरीत भरायचे हे घटक सर्वोत्तम आणि शुद्ध असणं गरजेचं होतं. त्यांचा शोध सुरू केल्यावर एडिसनच्या लक्षात आलं की, तेव्हाच्या रसायनविक्रेत्याकडे उपलब्ध असलेलं निकेल आणि आयर्न ऑक्साइड हवं तितकं दर्जेदार आणि शुद्ध नव्हतं. मग एडिसनने स्वतःच या रसायनांवर काम सुरू केलं. त्यासाठी काही लोकांना प्रशिक्षण देऊन त्याने साहाय्यक तयार केले. एडिसनने सिल्व्हर लेक इथे बांधलेल्या कारखान्यात शक्य त्या सगळ्या प्रक्रिया आणि चाचण्या करून ही रासायनिक संयुगं बनवली जायला लागली. पुढची काही वर्षं वेगवेगळ्या प्रमाणांत आणि वेगवेगळ्या दर्जांच्या आयर्न-निकेलवर प्रयोग होत राहिले.

सिल्व्हर लेक इथल्या कारखान्यात रासायनिक निर्मितीसाठी प्रयोग आणि वेस्ट ऑरेंज प्रयोगशाळेत बॅटरीच्या निर्मितीसाठी प्रयोग असं खूप जोरात काम सुरू होतं. एडिसनने वीजदिव्याच्या निर्मितीला सुरुवात करण्यापूर्वी आधीच्या शास्त्रज्ञांनी केलेल्या संशोधनामुळे एडिसनच्या हातात काहीतरी माहिती किंवा दिशा होती. बॅटरीचं तसं नव्हतं. बॅटरी तयार करण्यासाठी त्याच्याकडे पूर्वीची कोणतीच पायवाट नव्हती. त्यामुळे त्याचं सगळं काम शून्यापासून सुरू झालं. बॅटरीच्या निर्मितीचा हा काळ एडिसनसाठी आणि त्याच्या सहकाऱ्यांच्या गटासाठी खूप आव्हानात्मक ठरला. बॅटरीच्या निर्मितीची पहिली पाच वर्षं तर जास्तच कठीण होती. प्रयोगाला विशिष्ट दिशा नसल्यामुळे प्रचंड अडचणी येत होत्या, पण ही प्रत्येक अडचण एडिसन शिकवणीसारखी घ्यायचा. तेव्हाच्या मकर्स गटापैकी एकाने याबद्दलच्या आठवणी लिहून ठेवल्या आहेत - 'एखादी गंभीर समस्या निर्माण झाली की एडिसनला चक्क आनंद व्हायचा. अडचणींमुळे तो आणखी खंबीर व्हायचा आणि जास्त जोमाने काम करायचा. अडचण आल्यावर त्याचं आनंदी होणं, हा आपल्याला होणारा भास आहे, असंच मला सुरुवातीला वाटायचं, पण हळूहळू माझ्या लक्षात आलं की, एडिसनला अपयशाचा कधीच त्रास झाला नाही.'

एडिसन बॅटरीच्या निर्मितीत गुंतला असला, तरी त्याला भेटायला येणाऱ्यांची रोजच गर्दी व्हायची. अशा भेटींमुळे त्याच्या कामात सतत खंड पडायचा. शेवटी त्याने वेस्ट ऑरेंजला उंच कुंपण घातलं आणि एक मोठं फाटक बसवून घेतलं. तिथे कुणाच्याही आग्रहाला, विनंतीला बळी न पडणाऱ्या राखणदाराला नेमलं गेलं. एकदा एका नवीन राखणदाराने एडिसनलाच ओळखलं

> **मी अपयशी झालो नाही; हजारो निरुपयोगी मार्ग शोधून काढले.**

नाही आणि तो त्याला आत जाऊ देईना. एडिसनने खूप विनंती केली, पण तो राखणदार बधला नाही. शेवटी मकर्सपैकी कुणीतरी आल्यावर एडिसनला आत जायला मिळालं. झाल्या प्रकारामुळे राखणदार ओशाळला, पण त्याने त्याचं काम चोख बजावल्याने एडिसन त्याच्यावर खूश झाला.

बॅटरीच्या शोधाचा हा प्रवास खूप मोठा, आणि शब्दशः असंख्य प्रयोगांनी भरलेला होता. प्रयोगशाळेतल्या साहाय्यकांपैकी एकाने प्रयोगांच्या संख्येचं वर्णन लिहून ठेवलं आहे. 'आम्ही १९०० साली बॅटरीचा शोध सुरू केला, तेव्हा पहिल्या प्रयोगापासून दहा हजाराव्या प्रयोगापर्यंत मोजायचो. त्यापुढे गेल्यावर आम्ही परत पहिल्यापासून मोजायला सुरुवात करायचो. असं किती वेळा झालं, हे आता आमच्याच लक्षात नाही, पण माझ्या आठवणीप्रमाणे आम्ही किमान ५० हजार प्रयोग तरी केले असावेत.'

बॅटरी बनवण्यातली मुख्य अडचण तिच्यातल्या विद्युतजोडणीची होती. सलग पाच वर्षं केलेल्या भरपूर कामानंतर आणि हजारो प्रयोगांनंतर एडिसनने ग्राफाइटचा एक विशिष्ट प्रकार बॅटरीसाठी निश्चित केला आणि न्यू जर्सीतल्या ग्लेन रिज इथे व्यावसायिक पातळीवर त्याचं उत्पादन सुरू केलं. बॅटरीला भरपूर ग्राहक मिळत होते, मात्र मागणीइतकं उत्पादन होत नव्हतं. वर्तमानपत्रांनी बॅटरीची अनोखी क्षमता आणि कामगिरी यांच्याबद्दल भरभरून लिहिल्यामुळे या बॅटरीला लोकांकडून चांगली मागणी होती; पण तरीही एडिसनचं समाधान होत नव्हतं.

विक्री जोरात सुरू असली, तरी वेगवेगळे घटक वापरून प्रयोग करणं एडिसनने थांबवलं नव्हतं. त्याने ही बॅटरी गाड्यांमध्ये बसवली आणि तिची कडक चाचणी घ्यायला सुरुवात केली. देशभरात खडबडीत रस्त्यांवर या चाचण्या घेतल्या जात होत्या. त्यांच्यातून बॅटरीत असलेले दोष, तिच्या मर्यादा एडिसनला अजमावून पाहायच्या होत्या. बॅटरी बसवलेल्या गाडीचा टायर काही दिवसांत फुटला नाही किंवा तिचा एखादा भाग तुटला नाही, तर एडिसन ड्रायव्हरला, ''गुळगुळीत रस्त्यांवर गाडीची चाचणी घेत असशील.'' म्हणून ओरडायचा.

बॅटरीची क्षमता कुठेतरी कमी पडत असल्याचं तोपर्यंत घेतलेल्या चाचण्यांवरून एडिसनच्या लक्षात आलं होतं. प्रत्येक बॅटरी तयार करताना आत्यंतिक काळजी घेतली जात असली, तरी ती बनवताना कामगारांकडून एकवाक्यता नकळत राखली जात नव्हती; पण यामुळे उत्पादन थांबवणं म्हणजे मोठं नुकसान आणि अपयशी होण्यासारखं असल्याची कल्पना एडिसनला होती. मात्र सदोष बॅटरी विकत राहून एक दिवस कारखाना कायमचा बंद करावा लागणं हे खरं अपयश ठरलं असतं, असा सुज्ञ विचार एडिसनने केला. म्हणून त्याने कारखाना बंद केला आणि एडिसनच्या सहकाऱ्यांच्या गटाने जड मनाने परत प्रयोगांना सुरुवात केली.

पाच वर्षांची मेहनत, बॅटरीला मिळत असलेली चांगली मागणी आणि तरीही तिचं उत्पादन थांबवावं लागणं या पार्श्वभूमीवर नव्याने सुरू झालेल्या प्रयोगांमध्ये उत्साह जाणवत नव्हता. मकर्समध्ये थोडी निराशा होती, पण एडिसनने चिकाटी सोडली नाही. साठी ओलांडलेला तो माणूस शांत आणि हसतमुख

चेहऱ्याने रात्रंदिवस काम करत होता. आधी बॅटरी विकत घेतलेले ग्राहक परत-परत येऊन बॅटरीची मागणी करत होते, जास्त पैसे द्यायला तयार होते, बॅटरीच्या कामगिरीबाबत समाधानी असल्याचंही सांगत होते, पण एडिसनने त्याचा निर्णय बदलला नाही.

त्यानंतर प्रत्येक प्रयोगागणिक एडिसनची बॅटरी आणखी चांगली होत गेली आणि अखेर १९०९मध्ये त्याने निकेलचे लहान-लहान तुकडे (फ्लेक्स) असलेली बॅटरी तयार केली. त्याने बॅटरीच्या एकंदर रचनेमध्येही बऱ्याच सुधारणा केल्या. तसंच या बॅटरीचं उत्पादन करण्यासाठी आवश्यक यंत्रं तयार केली. दहा वर्षांच्या प्रचंड मेहनतीनंतर तयार झालेली ती बॅटरी परिपूर्ण होती. बॅटरीची रचना, तिच्यातले घटक आणि तिची क्षमता हे सगळं निवळ विलक्षण होतं!

या बॅटरीचा उपयोग ट्रक, स्ट्रीट कार अशा वेगवेगळ्या वाहनांमध्ये केला जावा, असं एडिसनचं स्वप्न होतं. स्वतःचा मुद्दा प्रयोगानिशी पटवून देण्यासाठी त्याने वेस्ट ऑरेंजमध्ये लहान रेल्वेलाइन बांधली आणि मोटर, तसंच स्टोअरेज बॅटरी असलेली खास प्रकारची स्ट्रीट कार या लाइनवर चालवली. नंतर त्याने ही स्ट्रीट कार न्यू यॉर्कच्या रस्त्यांवरही यशस्वीपणे चालवून दाखवली. सर्व प्रकारच्या वाहनांमध्ये स्टोअरेज बॅटरीचा वापर केला जावा, बॅटरी चार्ज करण्यासाठी सेंट्रल स्टेशन्स बांधली जावीत आणि इंधनावर अवलंबून राहणं कायमचं संपावं, असं स्वप्न एडिसनने त्या काळी पाहिलं होतं.

व्हेगाबाँड्सच्या आलिशान सफरी

बऱ्याच दिवसांनी एडिसनला निवांत बसलेलं पाहून मीनाला बरं वाटत होतं. वयाची साठी ओलांडल्यावर एडिसनने व्यावसायिक प्रयोगांपेक्षा मनसोक्त संशोधन करणार असल्याचं जाहीर केलं होतं. त्यामुळे त्याचा उत्साह कमी झाला नसला, तरी वागण्यात एक प्रकारची स्वस्थता आली होती. तसंही फोर्ट मायर्सला आलं कीच एडिसनच्या वागण्यात एक वेगळा प्रसन्नपणा जाणवत असे. फोर्ट मायर्स म्हणजे एडिसनचं दुसरं घर. १८८५मध्ये एडिसन अमेरिकेतल्या फ्लोरिडा राज्यात आला होता. तिथल्या फोर्ट मायर्स या ठिकाणचा परिसर त्याला इतका आवडला होता की, त्याने तिथे लगेच जागा खरेदी केली होती आणि तिथेच एक मोठं, पण टुमदार घर बांधलं होतं. मीनाशी लग्न झाल्यानंतर तो तिला सगळ्यांत आधी इथेच घेऊन आला होता. मीनासाठी, एडिसनसाठी आणि मुलांसाठीही फोर्ट मायर्सचं घर खूप खास होतं. सगळं एडिसन कुटुंब दर वर्षी हिवाळ्यात इथे राहायला

यायचं. हिवाळ्यात इथली हवा फार छान, उल्हसित करणारी असायची. त्यामुळे एडिसनची इथली फेरी कधी चुकत नसे. घराभोवती असलेल्या प्रशस्त जागेत मीनाने सुंदर बाग फुलवल्यामुळे वातावरणातला ताजेपणा आणखीनच खुलून यायचा. इथे अंगणातल्या हिरवळीवर खुर्ची टाकून निवांत बसायला किंवा दारातल्या पायऱ्यांवर गप्पा मारत बसायला एडिसनला फार आवडायचं. अर्थात, एडिसनने या घरातही एक प्रयोगशाळा बांधली होती. ती वेस्ट ऑरेंजइतकी मोठी नसली, तरी संशोधनासाठी आवश्यक ते सगळं साहित्य इथे ठेवलेलं होतं. एडिसनला भेटण्यासाठी एका वर्षी हेन्री इथे आला आणि एडिसनच्या फोर्ट मायर्समधल्या वास्तव्याला एक नवा अर्थ मिळाला.

एरवी एडिसन स्वतःच्या संशोधनात मनापासून रमणारा असला, तरी काही खास मित्रांबरोबर गप्पाटप्पा करणं त्याला आवडायचं. हेन्री फोर्ड त्याचा खूपच जवळचा मित्र होता. खरं तर पूर्वी एडिसनच्याच इलेक्ट्रिक कंपनीत हेन्री काम करायचा, पण त्याला गाड्यांच्या संशोधनाची जास्त आवड होती. त्याची ही आवड बघून एडिसननेच त्याला या क्षेत्रात जाण्यासाठी प्रोत्साहन दिलं होतं आणि फोर्डने एडिसनची कंपनी सोडली होती. नंतर त्यांच्यात हळूहळू अतिशय घनिष्ठ मैत्री झाली. हेन्री तसंच पर्यावरण क्षेत्रातला तज्ज्ञ जॉन बरो आणि टायर कंपनीचा मालक हार्वे फायरस्टोन हेही एडिसनचे खूप खास मित्र होते. एकदा हेन्री आणि जॉन एडिसनच्या फ्लोरिडामधल्या घरी गेले असताना सर्वांनी मिळून कॅम्पिंगला जाण्याची कल्पना निघाली आणि तिथूनच 'व्हेगाबाँड्सच्या' प्रवासाची सुरुवात झाली.

व्हेगाबाँड्स म्हणजे भटके. संशोधनाच्या आणि कामाच्या व्यापातून निवांतपणा मिळावा म्हणून या चौघांनी भटकंतीला जायचं ठरलं. १९१४ साली या भटकंतीला सुरुवात झाली. पहिल्यांदा फेब्रुवारी ते एप्रिल असे तीन महिने एव्हरग्लेड्स या ठिकाणी जायचं ठरलं.

गाड्या घेऊन फिरायला जाण्याची कल्पना त्या काळी खूप नवीन होती. या चौकडीचं नाव व्हेगाबाँड्स असलं, तरी भटक्यांसारखं कुठेही राहायचं, मिळेल ते खायचं, सोय होईल तिथे झोपायचं असं या भटकंतीचं स्वरूप नव्हतं. उलट त्यांचा हा प्रवास म्हणजे एक सुसज्ज, आलिशान सफर होती. प्रवासासाठी गाड्यांची सोय हेन्री करायचा. प्रत्येकासाठी वेगळी गाडी असायची. हे लोक प्रत्येक ठिकाणी तंबूत राहत असले, तरी प्रत्येकासाठी वेगळा, त्या-त्या व्यक्तीचं नाव असलेला तंबू असायचा. कुणी पाहुणे आले, तर त्यांच्यासाठीही वेगळा तंबू ठेवलेला असायचा. या तंबूंत सगळ्या सुखसोयी असायच्या. २० माणसांना बसता येण्याजोगं एक खास टेबल या कॅम्पिंगसाठी हेन्रीने बनवून घेतलं होतं. या टेबलचं नाव 'लेडी सुझन' होतं. त्याचा मधला भाग गोल फिरवून हवा तो पदार्थ जवळ घेता यायचा.

मुक्कामाच्या ठिकाणची प्रकाशाची सोय अर्थातच एडिसन करायचा. त्याने कॅम्पिंगसाठी वेगळे दिवे बनवले होते. जॉन बरो पर्यावरणतज्ज्ञ असल्यामुळे प्रत्येक ठिकाणचा निसर्ग, पक्षी यांची माहिती सांगण्याचं काम त्याचं असायचं, तर हार्वे सगळ्यांच्या जेवणाची संपूर्ण व्यवस्था बघायचा. अर्थात, जेवण बनवण्यासाठी त्यांच्याबरोबर आचाऱ्यांची आणि इतर कामांसाठी नोकरांची फौज असायची. नोकरचाकर असले, तरी हे चौघंही जमेल तसं काम

करायचे. जंगलात शेकोटी पेटवण्यासाठी लाकडं तोडून आणण्याचं काम बहुतेक वेळा हेन्रीकडे असायचं. इतक्या मोठ्या कंपनीचा हा मालक कुऱ्हाडीने काही मिनिटांत झाड तोडण्यात तरबेज होता. 'कोण झाड लवकर तोडेल?' अशी त्यांच्यात कधीकधी स्पर्धा लागायची. त्या वेळी व्हेगाबाँड्समध्ये सगळ्यांत वयस्कर असलेला जॉन बरो फक्त चार मिनिटांत झाड तोडून दाखवून जिंकायचा. एखाद्या हॉटेलमध्ये वगैरे गेल्यानंतर तिथल्या पायऱ्यांवरून उड्या मारण्याची स्पर्धाही त्यांच्यात लागायची. एरवी प्रयोगशाळेत गंभीरपणे काम करणारे हे सगळे जण जास्तीतजास्त पायऱ्यांवरून बिनधास्तपणे उडी मारण्याचा प्रयत्न करायचे. एडिसनला वेगवेगळी झाडं, मुळं, फुलं गोळा करून त्यांचा अभ्यास करण्याची आवड होती. त्याला पक्ष्यांचीही चांगली माहिती होती. गंमत म्हणजे कॅम्पिंगला जातानाही पुस्तकांचा ढीग घेऊन जाणारा तो एकटाच असायचा. वय झाल्यामुळे तो इतरांइतकी धावपळ करू शकत नव्हता, पण शेकोटीभोवती बसून गप्पा सुरू झाल्या की त्याच्या मिश्कील कोट्यांनी आणि विनोदांनी सगळे खूप हसायचे. पुढे काही वर्षांनी जॉन वारल्यानंतरही या तिघांनी त्यांची भटकंती सुरूच ठेवली. जवळपास दर वर्षी न चुकता सलग दहा वर्षं हे कॅम्पिंग सुरू होतं. ताफ्यातल्या गाड्यांचा आकडा हळूहळू ५०वर गेला होता. प्रत्येक ठिकाणी स्वयंपाक करणं सोयीचं जावं म्हणून हेन्रीने स्वयंपाकासाठी सोयीची अशी एक कारही बनवून घेतली होती.

सामान्य जनतेला व्हेगाबाँड्सच्या या कॅम्पिंगचं सुरुवातीपासूनच खूप कुतूहल होतं. बुद्धिमान, श्रीमंत संशोधक-उद्योजकांनी असं एकत्र फिरायला जाणं, तंबूत झोपणं याचं लोकांना

अप्रूप वाटायचं. वर्तमानपत्रंही त्यांच्या कॅम्पिंगचा सगळा वृत्तान्त छापायची. 'देशातले सगळ्यांत बुद्धिमान शास्त्रज्ञ सुट्टीवर', 'श्रीमंत शास्त्रज्ञांनी रानावनात घेतली विश्रांती' अशा आकर्षक मथळ्यांमुळे लोकांनाही या बातम्यांमध्ये रस निर्माण व्हायचा. वर्तमानपत्रांमधून मिळणारी प्रसिद्धी, त्यामुळे प्रत्येक ठिकाणी त्यांना पाहण्यासाठी होणारी गर्दी, त्यांच्या गाड्यांच्या ताफ्याचा पाठलाग करणाऱ्या पत्रकारांची संख्या हे सगळं पुढेपुढे इतकं वाढलं की, त्यामुळे कॅम्पिंगची मजा घेणं, निवांतपणे आराम करणं व्हेगाबाँड्ससाठी मुश्कील होऊन उलट त्रास वाढला. शेवटी या सगळ्यांनी कॅम्पिंग बंद करायचं ठरवलं; पण कॅम्पिंग बंद पडलं, तरी त्यांच्यातली मैत्री कायम राहिली.

१९१४ सालाची सुरुवात व्हेगाबाँड्सच्या अविस्मरणीय सहलीने झाली असली, तरी या सालाची अखेर एडिसनसाठी मनस्ताप देणारी ठरली. एकदा कॅम्पिंगदरम्यान हेन्री आणि एडिसन यांच्यात एका खास संकल्पनेवर चर्चा झाली. गाड्या बनवण्यात हेन्रीचा हातखंडा होता, तर विजेच्या दुनियेत एडिसनचा हात धरणारं कुणी नव्हतं. असं म्हणतात की, दैनंदिन वापरासाठी विजेवर चालणारी कार बनवण्याची योजना या दोघांनी आखली होती. त्यासाठी आवश्यक साधनं, यंत्रणा अशा सगळ्या स्रोतांची त्यांची जमवाजमव सुरू होती. मात्र हेन्री किंवा एडिसन त्याबद्दल उघडपणे काहीच बोलत नव्हते. खरं काय सुरू होतं, ते फक्त त्यांनाच माहीत होतं; आणि ९ डिसेंबर १९१४ या दिवशी घडलेल्या एका घटनेने या सगळ्याला वेगळंच वळण लागलं.

त्या रात्री वेस्ट ऑरेंजमध्ये आग लागली आणि काही कळायच्या आत संपूर्ण प्रयोगशाळेला आगीने वेढलं. सगळे

सुरक्षित बाहेर पडल्याची खातरी झाल्यानंतर एडिसन शांतपणे त्या आगीकडे पाहत राहिला. ती भव्य प्रयोगशाळा, तिथलं मौल्यवान साहित्य आणि तिथली कागदपत्रं सगळं जळून खाक झालं. त्या काळी एडिसनचं दहा लाख डॉलर्सचं नुकसान झालं! पण एडिसन खंबीर राहिला. आगीची बातमी कळल्यानंतर जमलेल्या पत्रकारांना त्याने धीरोदात्तपणाने सांगितलं, "मी ६७ वर्षांचा असलो, तरी उद्यापासूनच पुढच्या कामाला सुरुवात करीन." त्याने खरंच दुसऱ्या दिवसापासून कामाला सुरुवात केली.

त्याने हेन्रीच्या मदतीने कारखान्याचा काही भाग परत उभारला आणि काम सुरू झालं. एडिसनच्या सहकाऱ्यांनी दोन पाळ्यांमध्ये काम करून आधीपेक्षा जास्त उत्पादन करायला सुरुवात केली. एडिसनने आणि त्याच्या सहकाऱ्यांच्या गटाने पुढच्या चार वर्षांमध्ये दहा मिलिअन डॉलर्स कमावले आणि सगळं नुकसान भरून काढलं!

ती आग नेमकी कशी लागली होती, याबद्दल फारशी माहिती कधीच प्रसिद्ध झाली नाही. मात्र असं म्हणतात की, हेन्रीने आणि एडिसनने विजेवर चालणारी कार बनवली असती, तर ज्यांचं मोठं नुकसान झालं असतं, अशा घाबरलेल्या तेल कंपन्यांचा यामागे हात असावा. अर्थात, याला कुणीच कधीच दुजोरा दिला नाही आणि हेन्री-एडिसनच्या कारचं पुढे काय झालं, हेही कुणाला समजलं नाही.

देशासाठी संशोधनाची शर्थ

१९१४च्या ऑगस्ट महिन्यात सगळ्यांचं लक्ष एडिसनच्या वेस्ट ऑरेंज प्रयोगशाळेकडे लागलं होतं. या वेळी कारण मात्र नेहमीपेक्षा वेगळं होतं. ते पहिल्या जागतिक महायुद्धाचे दिवस होते आणि त्यात अमेरिका नुकतीच सामील झाली होती. फोनोग्राफसाठी लागणाऱ्या तबकड्या बनवण्यासाठी रोज दीड टन फिनॉल लागायचं आणि ते ब्रिटनमधून आणि जर्मनीमधून आयात केलं जायचं. हे देशही युद्धात सहभागी झाले होते. त्यामुळे अमेरिका युद्धात सामील झाल्यानंतर साहजिकच ही आयात बंद झाली. भरीस भर म्हणून अमेरिकेतली कोणतीही रासायनिक कंपनी फिनॉलचं उत्पादन करायला तयार नव्हती. आता युद्धाचा पहिला फटका एडिसनच्या वेस्ट ऑरेंजला बसण्याची चिन्हं निर्माण झाली होती. त्यामुळे ६७ वर्षांचा वृद्ध एडिसन आता काय करणार, याची उत्सुकता सगळ्यांना लागली होती.

एडिसनने तातडीने ४० कर्मचारी निवडले आणि त्यांचे

तीन गट तयार केले. सिन्थेटिक फिनॉलच्या निर्मितीचे प्रयोग लगोलग सुरू झाले. आठवड्याचे सातही दिवस आठ-आठ तासांच्या तीन पाळ्यांमध्ये हे तीन गट काम करायला लागले. बरोब्बर १८ दिवसांनी एडिसनने सिन्थेटिक फिनॉलची यशस्वी निर्मिती केली आणि नैसर्गिक उत्पादनापेक्षा उच्च दर्जाच्या फिनॉलचं उत्पादन महिन्याभरात सुरू झालं. आणखी एका महिन्यानंतर फिनॉलचं दिवसाला सहा टन उत्पादन व्हायला लागलं आणि कंपनी इतरांनाही फिनॉलचा पुरवठा करायला लागली. एडिसनचं नियोजन आणि त्याची चिकाटी हे गुण परत एकदा दिसून आले.

युद्ध सुरू झालं, त्या वेळी एडिसन सत्तरीच्या जवळ होता, तरी त्याचे कामाचे तास कमी झाले नव्हते. तो तेव्हाही रोज १६ तास काम करायचा. त्याला विश्रांतीचा किंवा झोपेचा तिटकारा होता. 'आठ ते दहा तासांची झोप घेणारे लोक कधीच पूर्ण जागे किंवा गाढ झोपलेले नसतात.' असं त्याचं ठाम मत होतं. एडिसन म्हणायचा, ''मला अगदी थोडी झोप पुरते. मला कधीच स्वप्नं पडत नाहीत. जर चुकून कधी जास्त झोपलो, तर आळसावल्यासारखं वाटतं. थोडी जरी कमी झोप झाली, तरी लोक खूप मोठं नुकसान झाल्यासारखे बोलत असतात. नुकसान झालेलं असतंच, पण ते संधीचं आणि वेळेचं झालेलं असतं, हे त्यांनी लक्षात घेतलं पाहिजे. मी एकदा उत्सुकतेने ब्रिटिश मेडिकल जर्नलचा पूर्ण अभ्यास केला, तेव्हा माझ्या लक्षात आलं की, कमी झोपेमुळे कुणालाही गंभीर आजार वगैरे होत नाहीत.'' अनेक तास सलग जागून काम करण्याची क्षमता एडिसनमध्ये होती. एकदा फोनोग्राफवर काम करताना तो सलग ७२ तास

माणसाला मारण्यासाठी उपयोगी पडतील अशी शस्त्रं मी शोधून काढली नाहीत, याचा मला अभिमान वाटतो.

जागला होता. त्याला आलेली विशिष्ट अडचण सुटल्यानंतरच त्याने झोप घेतली होती. त्यानंतर मात्र तो सलग तीस तास झोपला होता. खूप झोपणं त्याला आवडत नसलं, तरी तो दिवसभरात किमान दोन डुलक्या तरी घ्यायचाच. त्यासाठी त्याने प्रयोगशाळेत खास पलंग बनवून घेतला होता.

झोपेबरोबरच एडिसनला आणखी एका गोष्टीचा खूप कंटाळा होता. ती गोष्ट म्हणजे कपडे. एडिसनचे कपडे अतिशय साधे असायचे. एका ठरावीक शिंप्याकडून तो त्याचे सूट शिवून घ्यायचा. गंमत म्हणजे, वीस वर्षांत फक्त दोनदाच तो त्या शिंप्याकडे माप द्यायला गेला होता आणि तेही त्याचं माप बदललं म्हणून गेला होता. बाकी वीस वर्षांत त्याच्या कपड्यांचं माप कधीच बदललं नव्हतं. तो त्याचा जुना सूट पाठवून त्यानुसार नवा सूट शिवून घ्यायचा. जर कपडे चुकून घट्ट किंवा सैल झाले, तर तो लगेच त्याच्या आहारात बदल करायचा!

देशाच्या नाविक दलासाठी संशोधन करण्याची इच्छा एडिसनला सुरुवातीपासूनच होती. काही छोट्या युद्धांत त्याने नाविक दलाला मदतही केली होती. मात्र नाविक दलासाठी पूर्ण वेळ काम करण्याची पाळी त्याच्यावर कधी आली नव्हती. पहिल्या जागतिक महायुद्धात मात्र एडिसनला तशी संधी मिळाली आणि त्याने नाविक दलासाठी प्रचंड काम केलं. युद्धाबद्दल एडिसनची काही स्वतंत्र मतं होती. 'युद्धासारख्या परिस्थितीला

तोंड देताना देशाची संरक्षण दलं सज्ज असली पाहिजेत;' 'युद्धात उपयोगी पडतील अशा शस्त्रांचं तंत्रज्ञान आधीपासूनच तयार असलं पाहिजे, जेणेकरून प्रत्यक्ष युद्धाच्या वेळी या तंत्रज्ञानाचा योग्य वापर करता यावा.' तसंच 'हे सगळं साध्य करण्यासाठी संरक्षण दलाकडे स्वतःची खास संशोधन प्रयोगशाळा असली पाहिजे.' असंही एडिसनचं मत होतं. युद्ध सुरू असताना अमेरिकेची एक पाणबुडी जर्मनीने बुडवली, तेव्हा स्वतःची ही मतं एडिसनने वृत्तपत्राद्वारे मांडली. सरकारने आणि नाविक दलानेही एडिसनची मतं गंभीरपणे घेतली आणि त्याला हवी तशी प्रयोगशाळा बांधण्याची तसंच संशोधनाला मदत करणारी एक सल्लागार समिती स्थापन करण्याची विनंती केली. रूढ अर्थाने म्हातारा, दोन्ही कानांची ऐकण्याची क्षमता जवळपास गमावलेला एडिसन तातडीने कामाला लागला. त्याने वेगवेगळ्या क्षेत्रांमधले प्रसिद्ध संशोधक, शास्त्रज्ञ, उद्योजक यांची समिती तयार केली. स्वतंत्र विचारांच्या, काहीशा हट्टी एडिसनबरोबर पटण्याबद्दल समितीतल्या बहुतेकांच्या मनात सुरुवातीला शंका होती. मात्र त्याही वयातला एडिसनचा कामाचा वेग, त्याचा अपरिमित उत्साह आणि संशोधनाची तळमळ पाहून सगळे भारावून गेले. एडिसनचं ज्ञान, वाचन आणि त्याचा उरक हे समितीमधल्या कित्येक तरुणांपेक्षा जास्त होतं. ऐकू येत नसल्यामुळे एडिसनबरोबर त्याचा सहकारी हचिन्सनसुद्धा यायचा. समितीच्या बैठकीसाठी सुरू असलेलं सगळं बोलणं तो एडिसनच्या गुडघ्यावर बोटांनी मोर्स कोडमध्ये लिहायचा. त्यामुळे बैठकीतल्या चर्चा एडिसनला व्यवस्थित समजायच्या.

नाविक दलाला मदत करण्यासाठी एडिसन झपाट्याने काम

करत असला, तरी सरकारने त्याचं हे काम तितकंसं गांभीर्याने घेतलं नव्हतं. एडिसनने नाविक दलासाठी वेगवेगळ्या उपकरणांचे नमुने तयार केले होते. मात्र या उपकरणांची मोठ्या प्रमाणावर निर्मिती करण्याचं काम सरकार मनावर घेत नव्हतं. संशोधनासाठी प्रयोगशाळेची जागा शोधण्यापासून त्यासाठी लागणारे पैसे पुरवण्यापर्यंत प्रत्येक गोष्टीत सरकार वेळकाढूपणा करत होतं. आश्चर्य म्हणजे नाविक दलातले कित्येक जण एडिसनच्या कामाला, त्याच्या सूचनांना छुपा विरोध करत होते. नाविक दलाला त्याच्या सूचनांचं महत्त्व म्हणावं तितकं पटलेलं नव्हतं. त्यामुळे त्या सूचनांची अंमलबजावणी करण्यात सरकार फारसा उत्साहही दाखवत नव्हतं. हा सगळा संथपणा एडिसनला पटण्यासारखा नव्हता, मात्र देशप्रेमापोटी तो सगळ्याकडे दुर्लक्ष करत होता. असं दोन वर्षं सुरू होतं. नंतर मात्र एडिसनने फक्त नाविक दलासाठी संशोधन करणार असल्याचं सांगत समितीच्या कामातून अंग काढून घेतलं.

त्यानंतर पुढची दोन वर्षं एडिसनने नाविक दलाच्या संशोधनाखेरीज इतर कोणतंही काम हातात घेतलं नाही. शत्रुपक्षाच्या पाणबुड्या, टेहळणी करणारी विमानं शोधून काढणं; अमेरिकेची जहाजं समुद्रात लपून जातील अशा प्रकारे त्यांची बांधणी करणं यांच्यासाठी त्याने बऱ्याच प्रकारांचं तंत्रज्ञान विकसित केलं. फक्त संशोधन करतानाही एडिसनला सरकारची म्हणावी तशी मदत झाली नाही. संशोधनासाठी अतिशय आवश्यक असलेली माहितीही त्याला सरकारकडून अनेकदा मिळत नसे. एकदा बुडणाऱ्या पाणबुड्यांवर अहवाल तयार करत असताना सरकारची मदत न मिळाल्याने एडिसनने त्याच्या दोन कर्मचाऱ्यांना

कामाला लावलं. त्यांनी काढलेल्या माहितीवरून एडिसनने ४५ नकाशांचा एक अभ्यासपूर्ण अहवाल तयार केला. शत्रुपक्षाने अमेरिकेच्या पाणबुड्या बुडवू नयेत म्हणून कुठले उपाय योजता आले असते, पाणबुड्या बुडण्याची कारणं काय होती, सर्वांत जास्त पाणबुड्या कुठे आणि कशा नष्ट केल्या जात होत्या याची सखोल माहिती एडिसनने या अहवालात दिली होती. तो अहवाल पाहून नाविक दलही थक्क झालं, कारण दलात काम करत नसताना इतका तपशीलवार अहवाल तयार करणं ही मोठी गोष्ट होती. या काळात एडिसनने ४० पेटन्ट्स मिळवली. मात्र देशाची सेवा करताना मिळालेलं समाधान त्या पेटन्ट्सपेक्षाही एडिसनसाठी जास्त मोलाचं होतं.

पुढे काही वर्षांनी एडिसन आग्रही असलेल्या त्या संशोधन प्रयोगशाळेचं महत्त्व सरकारला चांगलंच समजलं. किंबहुना पुढे झालेल्या युद्धांमध्ये प्रयोगशाळेतल्या संशोधनाची सरकारला खूप मदत झाली.

चार वर्षांनी म्हणजे १९१८दरम्यान युद्ध संपलं आणि एडिसन परत त्याच्या नेहमीच्या कामाला लागला. युद्धाचा हा काळ त्याच्या तोपर्यंतच्या आयुष्यापेक्षा वेगळा होता. देशासाठी संशोधन करणं, युद्ध संपल्यावर अर्थव्यवस्थेला मूळ पदावर आणण्यासाठी वेगवेगळ्या उपक्रमांमध्ये सहभागी होणं, जवळच्या मित्रांबरोबर भटकंतीला जाणं असे नवनवे अनुभव त्याने या काळात घेतले. आता मात्र त्याचं वय झालं होतं. उत्साह अजिबात कमी झालेला नसला, तरी शरीर थकत चाललं होतं.

सर्वोच्च नागरी सन्मान

अलीकडे एडिसनचं प्रयोगशाळेत जाणं जवळपास बंद झालं होतं. खूप वेळ उभं राहून काम करणं त्याला आता जमत नव्हतं, तसंच त्याची ऐकू येण्याची अडचण आता आणखीनच तीव्र झाली होती. तो ग्लेनमॉन्टमधल्या घरीच जास्तीतजास्त वेळ घालवायचा. एडिसनच्या मुलांपैकी चार्ल्स सोडला, तर बाकीचं कुणी संशोधन क्षेत्रात काम करत नव्हतं. एडिसनने त्याच्या कंपन्यांमधल्या महत्त्वाच्या पदांची जबाबदारी जुन्या सहकाऱ्यांवर आणि चार्ल्सवर सोपवली होती. ग्लेनमॉन्टमधल्या घरी आराम करणं, मीनाने फुलवलेल्या विस्तीर्ण बागेत तिच्यासोबत संध्याकाळच्या वेळी फेरफटका मारणं, दररोज शेकड्याने येणारी चाहत्यांची पत्रं वाचणं हा त्याचा दिनक्रम होता. एडिसनचं मित्रमंडळही त्याला घरी भेटायला यायचं. चार्ल्स लिंडबर्ग, शास्त्रज्ञ मेरी क्युअरी, अमेरिकेचे अध्यक्ष हर्बट हूवर, फायरस्टोन यांच्यापैकी कुणी ना कुणीतरी एडिसनशी गप्पा मारायला आलेलं

असायचं. असं असलं तरी त्याला ग्लेनमॉन्टची हवा फारशी मानवत नव्हती. उलट फोर्ट मायर्सला, फ्लोरिडाला राहणं त्याला आवडायचं आणि मानवायचंही. तिथे एकंदरच थंडी कमी असल्याने तिथं राहणं एडिसनला पसंत होतं. शिवाय काही वर्षांपूर्वी हेन्री फोर्डनेही फ्लोरिडामध्ये एडिसनच्या घराच्या अगदी जवळ स्वतःसाठी मोठं घर विकत घेतलं होतं. दोघं कित्येक महिने तिकडेच असायचे. तिथल्या प्रशस्त बागेत नाहीतर तळ्याकाठी बसून त्यांच्या तासन्‌तास गप्पा चालायच्या.

मिलान हे एडिसनचं जन्मगाव होतं; पण मिलानला जाऊन त्याला बरीच वर्षं झाली होती. सात वर्षांचा होईपर्यंत आई-वडील-भावंडांबरोबर एडिसन तिथेच राहत होता. त्यानंतर त्याचं परत फारसं कधी मिलानला जाणं झालं नव्हतं. अलीकडे मात्र त्याला मिलानला जावंसं वाटत होतं. शेवटी १९२३मध्ये एडिसनने त्याच्या जन्मगावाला, त्याच्या घराला भेट द्यायचं ठरवलं. सोबत हेन्रीही जाणार होता. खरं तर एडिसनची पंचाहत्तरी उलटली होती, त्याला फारसा प्रवास झेपत नव्हता, पण त्याच्या उत्साहात कमतरता नव्हती. मिलानला पोहोचल्यानंतर मात्र त्याला सुखद धक्का बसला. एडिसनच्या घरात कुणीही राहत नव्हतं, तरी त्याच्या घराच्या आसपासचा परिसर गावातल्या लोकांनी स्वच्छ ठेवला होता. इतकंच नव्हे, तर एडिसन येणार म्हणून सगळ्या घराला तेलाच्या दिव्यांची आणि एडिसन- दिव्यांची रोशणाई केली होती. मिलानमध्ये जन्मलेल्या आणि आता मोठा संशोधक झालेल्या एडिसनचं स्वागत करायला सगळं गाव, गावाचे महापौर आणि गावातली प्रतिष्ठित मंडळी असे सगळे जमले होते. त्यांचं प्रेम पाहून एडिसन भारावून गेला.

सर्वोच्च नागरी सन्मान ११५

वय झालं होतं, शरीर थकलं होतं, निवांतपणा हवाहवासा वाटायला लागला होता; तरी एडिसनची संशोधनाची खुमखुमी कमी झाली नव्हती. त्यामुळेच हेन्रीने आणि फायरस्टोनने त्याला आणखी एक संशोधन करण्याची गळ घातली, तेव्हा एडिसन लगेच तयार झाला. वाहनांच्या क्षेत्रात असल्यामुळे हेन्रीला आणि फायरस्टोनला रबराची खूप गरज भासायची. रबराचं उत्पादन ब्रिटनमध्ये मोठ्या प्रमाणावर होत असल्यामुळे रबर तिथूनच आयात केलं जायचं. साहजिकच, त्यामुळे रबराच्या किमतीवर नियंत्रण होतं. मग किमती वाढल्या की हेन्री आणि फायरस्टोन या दोघांच्याही कंपन्यांना नुकसान सहन करायला लागायचं. म्हणूनच त्यांना नैसर्गिक रबराला पर्याय हवा होता. याच संशोधनासाठी त्यांनी एडिसनला गळ घातली.

त्या वेळी एडिसनचं वय ८०च्या जवळपास असलं, तरी त्याच्यातली संशोधनाच्या तयारीची सळसळ अजूनही कायम होती. एडिसनने फोर्ट मायर्सच्या परिसरात नऊ एकर जागेत भरपूर झाडांची, झुडपांची आणि वेलींची लागवड सुरू केली. यांपैकी बहुतेक झाडांच्या खोडांमध्ये रबरासाठी आवश्यक असा चिकट स्राव असतो. कोणत्या झाडापासून सर्वांत चांगल्या दर्जाचं रबर बनवता आलं असतं, हे पाहण्यासाठी एडिसनने ही लागवड सुरू केली होती. त्याला स्वतःला झाडांची उत्तम माहिती होती, तरी त्याने न्यू जर्सीवरून बागकामातले तज्ज्ञ बोलावून घेतले आणि झाडांच्या खोडांवर प्रयोग सुरू केले. दरम्यान एडिसन, हार्वे आणि हेन्री यांनी मिळून 'एडिसन बोटॅनिक रिसर्च कॉर्पोरेशन लॅबोरेटरी' सुरू केली. नेहमीप्रमाणे जगातल्या वेगवेगळ्या भागांमध्ये झाडं आणण्यासाठी माणसं पाठवली गेली. असं करत-

करत वर्षा-दोन वर्षांमध्ये फोर्ट मायर्सच्या बागेत १५ हजार वेगवेगळी झाडं लावली गेली. प्रयोग सुरू असतानाच गोल्डनरॉड या लांब खोड असलेल्या, लहान सोनेरी फुलं येणाऱ्या झाडापासून त्याला अपेक्षित निष्कर्ष मिळाला. इकडे एडिसन रबराच्या प्रयोगांमध्ये मग्न असताना अमेरिकेच्या संसदेत मात्र वेगळीच गडबड सुरू होती.

बहुतेक लोक समोर आलेल्या संधीकडे दुर्लक्ष करतात, कारण संधीचं सोनं करण्यासाठी कष्ट करावे लागतात.

'कॉइनेज, वेट्स अॅन्ड मेजर्स' या समितीचे अध्यक्ष रॅन्डॉल्फ पर्किन्स यांनी खजिन्याचे सचिव अॅन्ड्र्यू मेलॉन आणि अमेरिकेचे तेव्हाचे अध्यक्ष कॅल्व्हिन कूलिज यांच्यासमोर संसदेमध्ये एक प्रस्ताव मांडला. प्रस्तावात म्हटलं होतं, 'स्वतःच्या कोटवर फ्रान्स देशाचा सर्वोच्च मानसन्मान मिरवणाऱ्या आठ देशांमधली मानसन्मानाची पदकं लावणाऱ्या, २२ महाविद्यालयांनी पदवी देऊन गौरवलेल्या श्री. एडिसन यांना अमेरिकेने आत्तापर्यंत कोणताच मानसन्मान दिलेला नाही.' या प्रस्तावाने सगळं सभागृह चिडीचूप झालं. तिथे उपस्थित असणारा प्रत्येक जण एडिसनच्या कार्याची महती जाणून होता आणि तोपर्यंत देशाने त्याचा योग्य गौरव केला नसल्याची बाबही प्रत्येकाला पटली होती. या प्रस्तावावर तातडीने योग्य कार्यवाही करण्याचे आदेश निघाले आणि देशातला सर्वोच्च सन्मान असलेलं 'काँग्रेशनल सुवर्णपदक' सरकारने थॉमस अल्वा एडिसनला जाहीर केलं. आठच दिवसांमध्ये देशाने दिलेल्या या सर्वोच्च सन्मानाने एडिसन अर्थातच भारावून गेला. १८ ऑक्टोबर १९२८ या दिवशी वेस्ट ऑरेंज

सर्वोच्च नागरी सन्मान ११७

प्रयोगशाळेत श्री. मेलॉन यांनी एडिसनला काँग्रेशनल पदक सन्मानाने बहाल केलं. 'त्याने स्वतःच्या संशोधनाने प्रगतीचा मार्ग उजळवला.' असे शब्द या पदकावर कोरले होते.

एडिसनला काँग्रेशनल पदक मिळाल्यापासून त्याचे सगळे मित्र खूप आनंदात होते. विशेषतः हेन्री तर फारच आंनदात होता. खरं तर एडिसन आणि हेन्री यांच्या वयांमध्ये बरंच अंतर होतं; पण दोघंही घनिष्ठ मित्र होते. शिवाय हेन्रीच्या यशस्वी कारकिर्दीमागे एडिसनचं सततचं प्रोत्साहन होतं. म्हणूनच एडिसनबद्दल वाटणारा जिव्हाळा आणि कृतज्ञता व्यक्त करण्यासाठी हेन्री एका जंगी कार्यक्रमाची तयारी करत होता.

शेवटचा श्वास

एडिसनने स्वतःचा दिव्यांचा व्यवसाय जनरल इलेक्ट्रिकल कंपनीकडे सोपवला होता. ही कंपनी आणि हेन्री मिळून एडिसनच्या वीजदिव्यांच्या निर्मितीची पन्नास वर्षं साजरी करणार होते. शिवाय एडिसनची मेन्लो पार्कमधली प्रयोगशाळा, तिथलं ग्रंथालय आणि यंत्रालय हेन्रीने एडिसनकडून खरेदी केलं आणि ग्रीनफील्ड इथे बांधल्या जात असलेल्या संग्रहालयात हलवलं. ग्रीनफील्ड हे हेन्रीचं जन्मगाव होतं. एडिसनच्या जडणघडणीत महत्त्वाच्या ठरलेल्या ग्रॅन्ड ट्रंक रेल्वेची प्रतिकृतीही हेन्रीने या संग्रहालयात उभी केली. तसंच फोर्ट मायर्सच्या प्रयोगशाळेची प्रतिकृतीही तयार करून घेतली. त्या काळी त्याने या सगळ्यावर तब्बल ३० लाख डॉलर्स खर्च केले. एडिसनसारख्या संशोधकाच्या वस्तूंचं ऐतिहासिक महत्त्व जपलं जावं, म्हणून हेन्रीने हा सगळा उपद्व्याप केला.

हेन्रीने अतिशय कल्पकतेने सगळा कार्यक्रम आखला होता.

कार्यक्रमाची सुरुवात ट्रेनच्या मिरवणुकीने झाली. एडिसनला एका खास ट्रेनने आणलं गेलं आणि स्मिथ्स क्रीक स्टेशनवर त्या ट्रेनचा पहिला स्टॉप होता, जिथे एडिसन तरुणपणी न्यूज बचर म्हणून काम करत होता. नंतर एडिसन कार्यक्रमाच्या ठिकाणी म्हणजे डिअरबॉर्न, मिशिगन इथे पोहोचला, तेव्हा शेकडो लोक त्याच्या स्वागतासाठी जमले होते. मग मुख्य कार्यक्रम सुरू झाला. ग्रीनफील्डध्ये नव्याने उभारलेल्या मेन्लो पार्क प्रयोगशाळेत एडिसन बसला होता. हेन्रीने देशवासीयांना त्यांच्या घरातले दिवे काही क्षणांसाठी बंद करण्याची विनंती आधीच केली होती. त्यामुळे सगळीकडे काळोख पसरला. एडिसनने विजेची निर्मिती केली होती, तो क्षण हेन्रीला परत जिवंत करायचा होता. प्रयोगशाळेत एका साध्या, लाकडी खुर्चीवर बसलेल्या वयोवृद्ध एडिसनने दोन वायर्स एकमेकांना जोडल्या आणि त्याच क्षणी सगळ्यांनी दिवे

सुरू केले. लख्ख प्रकाशात आसमंत उजळून निघाला. १४० आकाशवाणी केंद्रांनी त्या क्षणाचं वार्तांकन प्रसारित केलं आणि वीजदिव्याची निर्मिती करून रोजच्या आयुष्यातला अंधार दूर करणाऱ्या एडिसनच्या जगभरातल्या चाहत्यांनी या प्रसारणाद्वारे तो क्षण अनुभवला.

या सगळ्या सोहळ्याने एडिसन भावुक झाला. काय बोलावं, ते त्याला सुचत नव्हतं. ''अमेरिकेतले लोक इतके भावनाप्रधान आहेत, याची आजच्याइतकी जाणीव मला पूर्वी कधी झाली नव्हती. दिव्याच्या सुवर्णमहोत्सवाच्या या सोहळ्याने मी कृतज्ञ झालो आहे. आणि हेन्री फोर्डबद्दल माझ्या भावना व्यक्त करण्यासाठी शब्द अपुरे आहेत. मी त्याच्याबद्दल इतकंच सांगू शकेन की, तो सर्वार्थाने माझा मित्र आहे.''

स्वतःच्या भाषणामध्ये हेन्री फारसं काही बोलला नाही. त्याने फक्त एक घोषणा केली. अमेरिकेचा इतिहास जपणारं आणि तो इतिहास प्रतिकृतीतून परत जिवंत करणारं ग्रीनफील्डचं हे संग्रहालय त्याने एडिसनला अर्पण केलं होतं.

मिशिगनहून परतल्यापासून एडिसनची तब्येत वरचेवर बिघडत होती. जरासे श्रमही त्याला सहन होत नव्हते. तो सलग दोन महिने अंथरुणातच होता. मुळात एडिसन स्वतःच्या तब्येतीबद्दल आणि खाण्यापिण्याबद्दल खूप काटेकोर होता. सततच्या आजारपणाला तो कंटाळला होता. त्यामुळे त्याने बाकी आहार सोडून फक्त दूध घेणं सुरू केलं. अशाने तो बरा होईल, असं त्याला वाटत होतं. वास्तविक, मीनाने एडिसनला समजावण्याचा खूप प्रयत्न केला, पण त्याने तिचं ऐकलं नाही. जरा बरं वाटल्यावर तो परत हिंडायला-फिरायला लागला.

> आपल्याकडे करण्यासारखं खूप काही आहे, पण त्यासाठी पुरेसा वेळ नाहीये, हे लक्षात आलं, तेव्हा त्या एकाच क्षणी मी निराश झालो होतो.

रेल्वेरोड्सने एडिसनच्या आयुष्याला महत्त्वाचं वळण दिलं होतं. जगाची ओळख करून देणारी त्याची पहिली नोकरी रेल्वेतल्याच कॅन्डीमॅनची होती. स्वतःची पहिली खरीखुरी प्रयोगशाळाही त्याने रेल्वेच्या डब्यातच थाटली होती. रेल्वेमध्ये वर्तमानपत्रं विकतानाच स्वतःतल्या उद्योजकतेच्या कौशल्यांशी त्याची ओळख झाली होती. पुढे तो रेल्वेतच टेलिग्राफ ऑपरेटर म्हणून कामाला लागला होता आणि याच टेलिग्राफीने एडिसनचं सगळं आयुष्य व्यापलं होतं. १८८०च्या मे महिन्यात एडिसनने विजेवर चालणारी पहिली रेल्वेही मेन्लो पार्कमध्ये बनवली होती. पुढे त्याने विजेवर चालणाऱ्या रेल्वेच्या तंत्रज्ञानाचा आणखी विकास केला होता. त्यानंतर १९२९पर्यंत या तंत्रज्ञानाने इतकी प्रगती केली की, होबोकेन ते मॉन्टक्लेअर, डोव्हर आणि ग्लॅडस्टोन, न्यू जर्सी या शहरांदरम्यान विजेवर चालणारी प्रवासी रेल्वे सुरू होणार होती. त्याचं उद्घाटन करण्यासाठी एडिसनइतकी योग्य व्यक्ती नव्हती. तब्येत फारशी चांगली नसतानाही फक्त इच्छाशक्तीच्या जोरावर एडिसनने या उद्घाटनासाठी जायचं ठरवलं. तिथेही नुसतं उद्घाटन करून न थांबता होबोकेनमधल्या लॅकवाना टर्मिनलवरून निघणाऱ्या या पहिल्या रेल्वेचं सुकाणू त्याने हाती घेतलं आणि ती पुढे साउथ ऑरेंजच्या दिशेने मैलभर चालवली.

हा प्रवास स्वतःच्या तब्येतीला झेपणार नसल्याचं एडिसनला माहीत होतं; पण सतत काहीतरी करत राहणं ही

त्याच्या जगण्याची गरज होती. तसंच विजेवर चालणाऱ्या या रेल्वेत वापरलेल्या त्याच्या तंत्रज्ञानाचं आधुनिक रूप पाहण्यासाठी तो उत्सुक होता. शोध, संशोधन, नवनिर्मिती, अविरत प्रयत्न हेच खरं तर त्याचं आयुष्य होतं; पण आता शरीर पूर्ण थकलं होतं. होबोकेनहून आल्यापासून त्याची तब्येत अतिशय नाजूक झाली होती. तो दिवसभर अर्धवट ग्लानीत अंथरुणावर झोपून असायचा. थॉमसची अवस्था आता सुधारणार नसल्याचं मीनाच्या लक्षात आलं होतं. ती दिवसरात्र त्याच्या बाजूला बसून असायची. तो परत एकदा नेहमीच्या जिद्दीने उठून बसेल, अशी अंधूक आशा तिला मध्येच वाटायची. मात्र तसं झालं नाही. १८ ऑक्टोबर १९३१ या दिवशी पहाटे एडिसनने शेवटचा श्वास घेतला आणि थॉमस अल्वा एडिसनचं शारीरिक अस्तित्व संपलं.

त्यानंतर दोन दिवसांनी, म्हणजे २१ ऑक्टोबरला संपूर्ण देशाने रात्री बरोबर दहा वाजता आपापल्या घरांमधले दिवे मंदावले, मोशन पिक्चर थांबवण्यात आलं; ब्रॉडवेवरचे दिवे बंद झाले, स्वातंत्र्यदेवतेच्या हातातला टॉर्चही विझवण्यात आला, चित्रपटगृहातले स्पॉटलाइट्स बंद झाले, न्यू यॉर्क शहरातले सगळे मार्ग थांबवण्यात आले. हे सगळं सुरू करणं शक्य करून गेलेल्या माणसासाठी देशवासीयांनी वाहिलेली ती श्रद्धांजली होती.

संशोधनाच्या शोधाचं रहस्य

थॉमस अल्वा एडिसन ८०-८५ वर्षांचं रसरशीत आयुष्य जगला होता. अगदी उतार वयातही तरुण माणसाला लाजवेल, अशा उत्साहाने त्याने संशोधन केलं होतं; पण आयुष्यभर इतक्या चिवटपणे संशोधन करत राहण्यामागे नेमकं काय होतं? वरकरणी अतिशय साधं-सोपं आणि सरळ व्यक्तिमत्त्व असलेल्या या माणसाने संशोधनाचा अक्षरशः डोंगर उभारला होता, तो कसा? इतके शोध लावण्यामागची त्याची प्रेरणा काय होती? किंवा सलग कित्येक तास काम करण्याची ऊर्जा त्याला कुठून मिळायची? त्याच्या वेगळेपणाचं रहस्य कशात होतं? त्याच्या मृत्यूला सहा दशकं होऊन गेल्यानंतरही याचं कोडं उलगडलेलं नव्हतं. त्याच्या मृत्यूनंतर अमेरिकेतल्या लोकांची एकापाठोपाठ एक क्रांतिकारक शोध लावले गेलेले पाहण्याची सवयच जणू मोडली होती.

अर्थात त्याच्या जिवंतपणीही त्याच्या ऊर्जेचं कोडं सोडवण्याचा प्रयत्न झाला होता. एकदा एडिसन नेहमीप्रमाणे

कामात गर्क होता. त्याचा एक सहकारी काही कारणाने त्याच्या आसपास घुटमळत होता. बऱ्याच वेळाने एडिसनचं त्याच्याकडे लक्ष गेलं, तेव्हा सगळं धैर्य एकवटत त्याने एडिसनला एक प्रश्न विचारला, ''तुमच्या संशोधनाच्या यशाचं नेमकं रहस्य काय आहे?'' मात्र एडिसनसाठी हा प्रश्न काही नवीन नव्हता. त्याच्यासारख्या आंतरराष्ट्रीय कीर्तीच्या संशोधकाला तोपर्यंत हजारो वेळा हा प्रश्न विचारला गेला होता. एडिसनने हसून नेहमीसारखंच उत्तर दिलं, ''प्रचंड मेहनत, सकारात्मकता आणि व्यवहार ज्ञान.'' या उत्तराने त्या सहकाऱ्याचं फारसं समाधान झालेलं नव्हतं, हे त्याच्या चेहऱ्यावर स्पष्ट दिसत होतं. तो म्हणाला, ''तुम्ही म्हणताय ते खरं आहे, पण आम्ही सगळेसुद्धा खूप मेहनत करतो, सकारात्मक विचार करतो, पण तुमच्याइतकं यश आम्हाला मिळालेलं नाही.''

एडिसनचं उत्तर ऐकल्यानंतरही सहकाऱ्याला पडलेला प्रश्न काही चुकीचा नव्हता. तसं पाहायला गेलं, तर एडिसनच्या आयुष्यात कोणतीही गोष्ट खासगी नव्हती. अगदी लहानपणी त्याने बदकाची अंडी उबवण्याचा प्रयत्न केला होता, तिथपासून विजेचा दिवा बनवताना त्याला किती वेळा अपयश आलं होतं इथपर्यंत सगळ्या गोष्टी जगजाहीर होत्या. त्याच्या लहानपणापासून ते संशोधनाच्या काळापर्यंत कित्येक घडलेल्या आणि न घडलेल्या गोष्टीसुद्धा दंतकथा बनून राहिल्या होत्या. पण तरीही लोकांना अतिशय उपयोगी पडणारे आणि त्यांच्या रोजच्या आयुष्याला नवीन परिमाण देणारे शोध, १०९३ पेटंट्स आणि कित्येक वर्षांनंतरही लोकांच्या मनात टिकून असलेलं 'हिरो' म्हणून त्याचं स्थान आणि लोकप्रियता यांचं रहस्य कायम होतं.

म्हणूनच एडिसनच्या मृत्यूनंतर तब्बल साठ वर्षांनंतर,

१९७८ साली अमेरिकेतल्या रटगर्स विद्यापीठाने हे रहस्य उलगडण्याचा प्रयत्न करायचं ठरवलं. 'एडिसन पेपर प्रोजेक्ट' या नावाचा एक प्रकल्प त्यांनी हाती घेतला. एडिसनचं घर, प्रयोगशाळा अशा ठिकाणी पडून असलेल्या त्याच्या वह्या, कागदांचे गठ्ठे एकत्र करून वर्गवारी केली जाणार होती. नव्या पिढीच्या संशोधकांना, विद्यार्थ्यांना, शिक्षकांना मदत व्हावी म्हणून हे कागद पुस्तकरूपाने प्रसिद्ध केले जाणार होते. शिवाय तो अमूल्य खजिना मायक्रोफिल्मच्या मदतीने साठवून ठेवला जाणार होता. एक संशोधक म्हणून या कागदपत्रांच्या माध्यमातून एडिसनला आणखी समजून घेणं, हा या सगळ्या उठाठेवीमागचा मुख्य हेतू होता.

विद्यापीठातल्या आठ इतिहास संशोधकांचा गट कामाला लागला. एडिसनचं घर, प्रयोगशाळा, वर्कशॉप्स अशा सगळ्या ठिकाणी पसरलेल्या कागदांची जमवाजमव सुरू झाली. सगळी मिळून फार तर लाखभर कागदपत्रं सापडतील आणि प्रगत तंत्रज्ञानाच्या मदतीने त्याच्यांवर काम करायला वर्षभर लागेल, असा या संशोधकांचा अंदाज होता. मात्र या प्रकल्पाचे साहाय्यक संचालक थॉमस जेफ्री यांनी त्या कागदपत्रांची प्रत्यक्ष पाहणी केली, तेव्हा खूप काम करावं लागणार असल्याचं त्यांच्या लक्षात आलं. मायक्रोफिल्मखाली कोणती कागदपत्रं स्कॅन करायची, हे ठरवण्यासाठी जेफ्री यांची नेमणूक झाली होती, पण एकंदर परिस्थिती पाहता, त्यांना या प्रकल्पाचं नेतृत्व करावं लागलं. या अनुभवाबद्दल जेफ्री म्हणाले, ''आम्ही इमारतींपासून छोट्यातल्या छोट्या खणापर्यंत सगळं तपासलं. कागद-वह्या गोळा करण्याचं काम संपतच नव्हतं! आणि संपल्यानंतर त्यांच्या एकूण संख्येवर नजर टाकली, तेव्हा आम्हाला धक्काच बसला. त्या कागदांची

संख्या होती, ५० लाख!'' या सगळ्या कागदांचं पुस्तक आणि मायक्रोफिल्म आवृत्ती प्रकाशित होईपर्यंत २०१५ साल उजाडणार असल्याचं, म्हणजे त्या कामाला अंदाजे चाळीस वर्षं लागणार असल्याचं जेफ्री यांनी तेव्हा सांगितलं होतं.

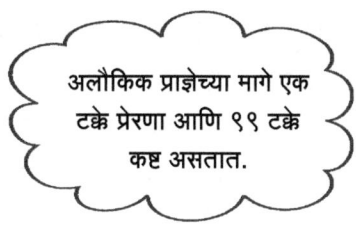

> अलौकिक प्राज्ञेच्या मागे एक टक्के प्रेरणा आणि ९९ टक्के कष्ट असतात.

गेल्या वर्षापर्यंत म्हणजेच २०१५पर्यंत मायक्रोफिल्मवर एडिसनचे २,५०,००० कागद आणि पुस्तकांचे तीन अवाढव्य खंड प्रकाशित झाले आहेत. अर्थात, काम अजून संपलेलं नाही. या प्रकल्पावर काम करणाऱ्यांचा संशोधन क्षेत्रातल्या अनेकांना हेवा वाटतो, कारण एडिसनची कागदपत्रं, वह्या, त्याने लिहिलेली पत्रं, कच्च्या आकृत्या, कॅलिग्राफीचे नमुने अशा वेगवेगळ्या साधनांबरोबरच क्वचित एडिसनने लिहून ठेवलेली एखादी कविता हाताळताना थेट त्याच्या मनात डोकावण्याचं भाग्य या लोकांना मिळालं आहे. त्याच्या बुद्धीचा वेग आणि त्याहीपेक्षा त्याच्या भन्नाट आणि तितक्याच वास्तववादी संकल्पना, त्या प्रत्यक्षात आणण्यासाठी एडिसनने सुचवलेले उपाय आणि योजना हे सगळंच चक्रावून टाकणारं आहे. एडिसन काळाच्या किती पुढचा विचार करत होता, हे स्पष्ट करणारं एक उदाहरण त्याने वहीत केलेल्या एका नोंदीत सापडतं. ही नोंद १८७१ सालची आहे. त्याने या नोंदीत उडणाऱ्या यंत्राची, आजच्या भाषेत सांगायचं, तर विमानाची संकल्पना आणि त्याच्या तांत्रिक जडणघडणीबद्दल अगदी तपशीलवार नोंदवून ठेवलं आहे. त्याने या संकल्पनेवर काम केलं नसल्याचं उघड असलं, तरी विमानाचा शोध लावणाऱ्या राईट

बंधूंच्या आधी तीस वर्षं त्याने या गोष्टीचा विचार केला होता, हेही तितकंच खरं.

या कागदपत्रांमध्ये एडिसनच्या विस्तृत पत्रव्यवहाराचाही समावेश आहे. घरगुती पत्रांपासून मोठमोठ्या शास्त्रज्ञ-इतिहासकार मित्रांना लिहिलेली त्याची ही पत्रं संशोधकांसाठी उत्कृष्ट साहित्य असल्याचं मानलं जातं. त्यातलं एक पत्र म्हटलं तर अतिशय साधं, पण तरीही त्याच्या यशाला कारणीभूत ठरलेला एक महत्त्वाचा पैलू उलडणारं आहे. प्रयोगशाळेत बराच वेळ एकाच जागी थांबून काम केल्यानंतर एडिसन रोज पाय मोकळे करण्यासाठी जायचा. एकदा असाच फेरफटका मारताना त्याला छोटासा किडा दिसला आणि त्याच्या लक्षात आलं की, त्या किड्यातून येणारा वास एरवीपेक्षा वेगळा होता. फिरून परतल्यानंतर एडिसनने त्याचा मित्र आणि मोठा शास्त्रज्ञ चार्ल्स डार्विनला तातडीने पत्र लिहायला घेतलं. पत्रात त्या किड्याचं वर्णन करून गरज पडल्यास किड्याचा नमुना पाठवून देण्याबद्दल एडिसनने विचारलं होतं. एडिसनच्या कामाशी त्या किड्याचा काहीही संबंध नसताना आणि विरंगुळा म्हणून बाहेर फिरायला गेलेला असतानाही त्याचं निरंतर कुतूहल त्याला गप्प बसू देत नव्हतं. त्याचं हेच झपाटलेपण, त्यातून मिळणारी ऊर्जा आणि त्याचा संशोधनाचा वेग इतक्या तीव्रतेने दुसऱ्या व्यक्तीत कदाचित अजूनही पाहायला मिळालेला नाही, म्हणूनच एडिसन नावाच्या असामान्य रसायनाचं गूढ अजून कायम आहे.

एडिसनच्या कागदपत्रांवर संशोधन करणाऱ्या गटाच्या लक्षात आलं की, एडिसनच्या संशोधन कारकिर्दीमधला फोनोग्राफचा अपवाद वगळता 'युरेका' क्षण त्याच्या आयुष्यात फार क्वचित आले. काहीतरी काम करताना अचानक शोध लागणं

हा योगायोग त्याच्या बाबतीत फार कमी वेळा घडला. प्रयत्नांच्या अखंड मालिकेतूनच त्याचं प्रत्येक संशोधन तयार झालं होतं. संशोधन करण्याच्या अनेक नव्या पद्धती त्याने विकसित केल्या. गटाने मिळून संशोधन करणं, त्यातून मिळालेले पैसे परत संशोधनाच्याच कामासाठी वापरणं, सुसज्ज प्रयोगशाळा उभी करणं ही त्याचीच देणगी आहे. म्हणूनच 'संशोधन कसं करावं, याचा शोध लावणारा माणूस' असंही त्याला म्हटलं जातं.

वास्तविक, हजारो पेटंट्स घेताना, वेगवेगळ्या संकल्पनांवर काम करताना एडिसनला कितीतरी वेळा अपयश आलं. त्याचे कित्येक शोध फसले, त्याचे भरपूर पैसेही वाया गेले, पण कदाचित त्याच्या जगण्याच्या कल्पना यश आणि अपयशाच्या पलीकडच्या होत्या. यश-अपयशापेक्षा शोधाच्या मार्गावर फक्त चालत राहणं, इतकंच त्याला माहीत होतं. म्हणूनच हजारो शोध लावणाऱ्या एडिसनच्या संशोधनाचं रहस्य शोधायला गेलं, तर 'प्रयत्न करत राहा' या एका साध्यासोप्या सूत्राशिवाय बाकी काहीच हाती लागत नाही.

लेखक परिचय

कीर्ती परचुरे या पत्रकारितेच्या क्षेत्रात गेल्या ८ ते १० वर्षांपासून कार्यरत आहे. सध्या त्या मुक्त पत्रकार म्हणून वेगवेगळ्या प्रसिद्ध वृत्तपत्रांसाठी काम करतात. महाराष्ट्र टाइम्ससारख्या आघाडीच्या वृत्तपत्रातून त्या सातत्याने लेखन करतात. याशिवाय सकाळसारख्या प्रख्यात वृत्तसमूहासाठीदेखील त्यांनी काम केले आहे. 'एबीपी माझा' या वृत्तवाहिनीसाठी काम केल्याने इलेक्ट्रॉनिक माध्यमांचाही त्यांना पुरेपूर अनुभव आहे.

सांस्कृतिक वा ललित लेखन हे त्यांच्या विशेष आवडीचे विषय आहेत. सहजसोपी, वाचकाला आपलेसे करणारी भाषाशैली हे त्यांच्या लेखनाचे महत्त्वाचे वैशिष्ट्य आहे. अमेय प्रकाशनातर्फे प्रकाशित झालेल्या 'आय हॅव अ ड्रीम' या पुस्तकाचा अनुवाद त्यांच्या नावावर जमा आहे. तसेच डायमंड पब्लिकेशन्सतर्फे 'भन्नाट माणसं' या खास मुलांसाठी चालवलेल्या आगळ्यावेगळ्या चरित्रमालिकेतील 'अमिलिया एयरहार्ट' व 'श्रीनिवास रामानुजन' या दोन चरित्रांचे लेखन त्यांनी केले आहे.

www.ingramcontent.com/pod-product-compliance
Lightning Source LLC
LaVergne TN
LVHW051130080426
835510LV00018B/2325